இவர்தான் பெரியார்

வாழ்வும் சிந்தனைகளும் முழுமையாக
அடங்கிய ஒரே நூல்

மஞ்சை. வசந்தன்

விஜயா பதிப்பகம்
20, ராஜ வீதி,
கோயம்புத்தூர் - 641 001.
www.vijayapathippagam.org

© விஜயா பதிப்பகம்

இவர்தான் பெரியார்

Ivarthan Periyar

மஞ்சை. வசந்தன்

எட்டாம் பதிப்பு : 2024

விஜயா பதிப்பகம்

20, ராஜ வீதி, கோயம்புத்தூர் - 641 001.

0422 - 2382614 / 90470 87053

vijayapathippagam2007@gmail.com

ஒளியச்சு / புத்தக வடிவமைப்பு : **ஐரிஸ் கிராபிக்ஸ், கோவை.**

அட்டை வடிவமைப்பு : **சரவணன், சென்னை.**

அச்சாக்கம் : **பி.வி.கிராபிக்ஸ், கோவை.**

ISBN - **81-8446-285-9** / பக்கம் : 176 / **விலை : ரூ.**165/–

கி. வீரமணி எம்.ஏ.பி.எல்.,
தலைவர்
திராவிடர் கழகம்

எனது மகிழ்ச்சியும் பாராட்டும்!

'அர்த்தமற்ற இந்துமதம்' என்ற சிறப்பான நூலின் மூலம் அனைவராலும் அறியப்பட்ட முற்போக்குச் சிந்தனையுடன் கூடிய எழுத்தாளர் தோழர் மஞ்சை. வசந்தன் அவர்கள்.

நல்ல நெற்றியடிக் கேள்விகளை நெருடல் இன்றி தொகுத்துக் கேட்டு, மக்களைச் சிந்திக்க வைக்கும் சீரிய நற்பணி ஆற்றி வருகிறார் அவர்.

'இவர்தான் பெரியார்' என்ற இந்நூலின் மூலம், அறிவுலக ஆசான், நம் அனைவர்க்கும் விழி திறந்த வித்தகர், தொண்டு செய்து பழுத்த பழம் அய்யாவைப் பற்றி மிகவும் அருமையாக எழுதியுள்ளார். எவரும் எளிதில் தந்தை பெரியார் வாழ்க்கை, தத்துவங்கள் இவை இரண்டினைப் பற்றியும் புரிந்துகொள்ளும் வண்ணம் சிறப்பாக எழுதியுள்ளார்!

மிகவும் சுருக்கமான குளிகைகள் மூலம் (Capsules) பல முக்கிய சம்பவங்களையும் விளக்கங்களையும் அருமையாக தந்துள்ளார் இப்புத்தகத்தை எழுதிய மஞ்சை. வசந்தன் அவர்கள்.

தந்தை பெரியார்-அண்ணா கருத்து வேறுபாடு துவக்கமும், பின்னணியும்; பெரியார்-மணியம்மையார் திருமணம், கடவுள், புராணம் பற்றி தந்தை பெரியாரின் தத்துவக் கோட்பாடு, விளக்கம் மற்றும் அதன் தேவைகள் பற்றியும் மிகவும் அற்புதமாக எழுதியுள்ளார்.

பாராட்ட வேண்டிய ஒரு நல்ல புத்தகம் இது!
இல்லந்தோறும் இருக்க வேண்டிய புத்தகமும் இதுவே!

சென்னை

- கி. வீரமணி

பெரியார் பிழிவு

தந்தை பெரியார் அவர்கள் ஒரு சிந்தனைச் சுரங்கம்; பகுத்தறிவு அரங்கம். அவர் சிந்திக்காத தத்துவம் இல்லை; கருத்துக் கூறாத துறையில்லை; தீர்வு கூறாத சிக்கல்கள் இல்லை.

அவரது சிந்தனைகள் உலகப்பொது. அதனால்தான் தந்தை பெரியார் அவர்களின் ''மண்டைச் சுரப்பை உலகு தொழும்'' என்று பாவேந்தர் பாரதிதாசன் அவர்கள் கூறினார்.

ஆனால், அப்படிப்பட்ட சிந்தனையாளரை மனிதநேயப் பற்றாளரை குறுகிய வட்டத்தில் குறுக்கிக் காட்டியது சூழ்ச்சிக் கூட்டம்.

தந்தை பெரியார் என்றால், கடவுள் இல்லையென்பார்; பார்ப்பனர்களை எதிர்ப்பார் என்ற அளவிலே அவரை மக்களுக்கு அடையாளம் காட்டியது அக்கூட்டம்.

இந்நிலையை மாற்றி, தந்தை பெரியார் அவர்களின் சிந்தனைகளை உலகறியச் செய்யவேண்டும் என்ற முயற்சியின் விளைவே இந்நூல்.

தந்தை பெரியார் அவர்களின் சிந்தனைகள் முழுவதையும் அறிந்தவர்கள் சிலரே! சுமார் பத்தாயிரம் பக்கங்களுக்கு மேல் அவர் கூறிய கருத்துக்களை பலரும் படித்தறிவது என்பது நடைமுறைச் சாத்தியம் இல்லை என்பதையும், எதையும் சுருக்கமாக அறிந்துகொள்ள முயலும் இன்றைய உலகின் உள நிலையையும் கருத்தில் கொண்டு பெரியாரின் வாழ்வை 80 பக்கங்களிலும் அவரது சிந்தனைகளை 140 பக்கங்களிலும் பிழிந்து தந்துள்ளேன்.

எடுத்துக்காட்டாக பெண்ணுரிமை பற்றி பெரியார் 750 பக்கங்களில் சொன்னவற்றை 25 பக்கங்களில் பிழிவு செய்துள்ளேன். இந்நூலினைப் படித்தால் பெரியாரின் வாழ்வையும், சிந்தனைகளையும் முழுமையாக அறியும் வகையிலே பெரிதும் முயன்று பிழிவு செய்துள்ளேன்.

அறிவுச்சாறு பருகி, மனிதநேயமும் மானமும் அறிவும் உள்ளவர்களாக வாழ வேண்டுகிறேன்.

அன்புடன்,
மஞ்சை. வசந்தன்.

பொருளடக்கம்

1.	பிறப்பும் பிள்ளை வெறுப்பும்	9
2.	துறவும் மீண்ட வரவும்	14
3.	பெரியார் போராட்டக்களத்தை பிறர் அமைத்தல்	19
4.	காங்கிரஸ் ஈர்ப்பும் காந்தி எதிர்ப்பும்	22
5.	முதல் வகுப்புவாரி உத்தரவு	28
6.	வைக்கம் சென்றார் வழிதிறந்து வென்றார்	31
7.	குருகுலத்தில் சாதி! கொதித்துக் கேட்டார் நீதி!	36
8.	காங்கிரசை வெறுத்தலும் துறத்தலும்	42
9.	துவக்கம் சுயமரியாதை இயக்கம்	44
10.	அயல் நாடுகளில் பயணமும் அதன் விளைவுகளும்	53
11.	நாகம்மையார் மறைவு - 'நன்மைக்கே'!?	58
12.	ஆறுமாத கடுங்காவலும் அரசின் நெருக்கடியும்	61
13.	மொழிப்போர்ச் சிறையும் நீதிக்கட்சித் தலைமையும்	65
14.	"பெரியார்" பெயர்தந்த பெண்கள் மாநாடு	68
15.	திணித்த இந்தியால் 'திராவிடநாடு' எழுந்தது!	90
16.	அண்ணா வருகையும் திராவிடர் கழகத் தோற்றமும்	93

17.	அண்ணா பெரியார் கருத்து வேறுபாடும் கழகக் கூறுபாடும்	97
18.	கடவுள்	102
19.	புராண ஆய்வில் புகழ்பெற்ற பெரியார்	118
20.	மதமா? மடமையின் சதமா?	123
21.	வாதிட முடியாத சோதிட ஆராய்ச்சி	131
22.	திருக்குறளைப் போற்றலும் அச்சேற்றலும்	134
23.	தமிழ் எழுத்தை மாற்றலும் தமிழ்ப்பண்டிதரைத் தூற்றலும்	138
24.	பிடித்த கம்யூனிசமும் பிடிக்காத காம்ரேடுகளும்	142
25.	'யுனஸ்கோ' தந்த உயரிய சிறப்பு!	147
26.	சுயமரியாதைத் திருமணம்	151
27.	வகுப்புரிமைக்கு வடிவங்கண்ட பகுத்தறிவுப் பெரியார்!	162
28.	போராடு! புரட்சிப்பாதை ஈரோடு!	166
29.	இன்னல்களுக்கிடையே இறுதிவரை உறுதி!	169

01

பிறப்பும் பிள்ளை வெறுப்பும்

ஈரோடு வெங்கட்ட நாயக்கர் ராமசாமி என்பதன் சுருக்கமே ஈ.வெ.ரா. என்பது. ஈரோட்டில் வெங்கட்ட நாயக்கர் சாதாரண கூலியாளாய் இருந்து உழைத்து உயர்ந்து பெரும் வணிகரானவர். தனது 18வது வயதில் கல்தச்சரின் உதவியாளாக 2 அணா கூலி பெற்று உழைத்த வெங்கட்ட நாயக்கர் தனது உறவுப் பெண் சின்னத்தாய் அம்மாளை மணந்தார். அவர் செங்கல் சூளையில் 8 பைசா கூலி பெறும் செங்கல் சுமக்கும் சிற்றாள். இருவரும் சிறு குடிசைவீட்டில் வாழ்ந்தனர்.

கடினப்பட்டு உழைத்து ஈட்டும் வருவாயைச் சிறுக சேமித்து வண்டிமாடு வாங்கி வாடகைக்கு விட்டார். அந்த வருவாயைப் பெருக்கி சிறு மளிகைக் கடை வைத்தார். சின்னத்தாயம்மாள் அரிசி வியாபாரம் செய்தார்.

இவர்கள் இருவரின் சலியாத உழைப்பினால் ஈரோட்டிலே பெரிய வணிகராக உயர்ந்தார். இருவரும் கடவுள் பக்தி மிக்கவர்கள். ஏழைகளுக்கும், புலவர்களுக்கும் உதவியதோடு, கோயில் பணிகளையும் செய்து வந்தனர்.

இவர்களுக்கு பிறந்த முதல் இரண்டு குழந்தைகளும் சிறுவயதிலே இறந்துபோக, அதன்பின் பிள்ளை இல்லையென்ற பெருங்கவலையுடன் பத்து ஆண்டுகள் கழித்தனர். பத்து ஆண்டுகள் கழித்து 1877 ஆம் ஆண்டு செப்டம்பர் மாதம் அவர்களுக்கு ஓர் ஆண் குழந்தை பிறந்தது. அக்குழந்தைக்கு கிருஷ்ணசாமி என்று பெயரிட்டனர். அவரே பிற்காலத்தில் ஈ.வெ.கிருஷ்ணசாமி நாயக்கர். அதன்பின் இரண்டு ஆண்டுகள் கழித்து 1879ம் ஆண்டு செப்டம்பர் மாதம் 17ந் தேதி அவர்களுக்கு மற்றுமோர் ஆண் குழந்தை பிறந்தது. அக்குழந்தையே பிற்காலத்தில் ஈ.வெ.ரா.பெரியார் என்று அழைக்கப்பட்ட இராமசாமி.

இராமசாமி பிறந்து இரண்டு ஆண்டுகள் கழித்து ஒரு பெண் குழந்தையையும் அதன்பின் பத்து ஆண்டுகள் கழித்து இன்னொரு பெண் குழந்தையையும் சின்னத்தாயம்மாள் பெற்றெடுத்தார். இக்குழந்தைகளுள் மூத்த பெண்ணுக்குப் பொன்னுத்தாயம்மாள் என்றும், இரண்டாவது பெண்ணுக்கு கண்ணம்மாள் என்றும் பெயரிட்டனர்.

வெங்கட்ட நாயக்கரின் நேர்மை, எளிமை, கருணை போன்ற நற்குணங்களால் அவரது செல்வாக்கோடு பெருமையும் சேர்ந்து உயர்ந்து ஈரோடு, கோவை பகுதிகளில் நாயக்கர் என்றாலே வெங்கட்ட நாயக்கரைக் குறிக்கும் அளவிற்கு ஆனது.

வெங்கட்ட நாயக்கரின் சின்னம்மாவுக்கு குழந்தை இல்லாமையால், இராமசாமியைத் தத்துப் பிள்ளையாகத் தரும்படி வற்புறுத்திக் கேட்க, அதற்கு சின்னத்தாயம்மாள் சம்மதிக்காமையால், தத்துத் தர முடிய வில்லை என்றாலும், பிள்ளை இல்லாத சின்னம்மாவின் குறை தீர இராமசாமியை அவரது வீட்டில் சில வருடங்கள் வளர வெங்கட்ட நாயக்கர் அனுமதித்தார்.

பாட்டி வீட்டில் இருந்த இராமசாமி ஆட்டுப்பால் குடித்து வளர்ந்தார். பாட்டிக்கு போதிய வசதியின்மையால் நல்ல உணவு கொடுக்க முடியவில்லை. விளையாட்டுப் பிரியரான இராமசாமி அதற்குரிய உணவு கிடைக்காமல் ஏங்கினார். மற்ற பையன்களை அடித்துவிடும் துடுக்குத்தனமும் இராமசாமியிடம் இருந்தது.

இராமசாமிக்கு ஆறு வயதானபோது, அவர் திண்ணைப் பள்ளிக்கு அனுப்பப்பட்டார். பள்ளிக்குச் செல்லும்போது தாழ்சாதிக்காரர்கள் வீட்டில் தண்ணீர் குடிக்கக் கூடாது, வாத்தியார் வீட்டில் மட்டுமே குடிக்க வேண்டும் என்ற பாட்டி வற்புறுத்துவார். ஆனால், இராமசாமி இதர வீடுகளுக்குச் சென்று தண்ணீர் குடிப்பதும், பிற பண்டங்களை வாங்கிச் சாப்பிடுவதும் செய்தார். இதை அறிந்த இராமசாமியின் தாயார் சின்னத்தாயம்மாள் பாட்டி வீட்டில் வளருவதை நிறுத்தி தன் வீட்டிற்கே அழைத்து வந்துவிட்டார்.

பெற்றோரிடம் வளர்ந்தபோதும் இராமசாமி பழைய நண்பர்களுடனும், இதரசாதியினருடனும் பழக ஆரம்பித்தான். இதனால் வெறுப்படைந்த பெற்றோர் இராமசாமிக்கு கடுமையான தண்டனை கொடுத்தனர். கையில் கட்டையும் காலில் விலங்கும் மாட்டினர். ஆனால் இத்தண்டனைகள் இராமசாமியின் போக்கை மாற்றவில்லை.

''காலில் விலங்கு இடப்பட்டேன். ஒரு தடவை பதினைந்து நாள் இரண்டு கால்களிலும் விலங்கு, கட்டை போடப்பட்டேன். அப்போதும் இரண்டு தோள்களிலும் இரண்டு விலங்குகளைச் சுமந்து கொண்டு திரிந்தேன். தடுக்கப்பட்ட பிள்ளைகளுடனே விளையாண்டேன்'' என்று பின்னாளில் பெரியாரே கூறியுள்ளார்.

கல் சிற்பியின் எடுபிடியாய் இருந்த வெங்கட்ட நாயக்கரின் மகன் ஈ.வெ.ரா. பிற்காலத்தில் சமுதாயத்தைச் செதுக்கி சீரமைக்கும் சமுதாயச் சிற்பியாக மாறியதன் மர்மம் இந்த மன உறுதிதான் என்பதை நினைவில் கொள்ளவேண்டும்.

பின்னர் ஆங்கில வழிப்பள்ளியில் சேர்க்கப்பட்ட இராமசாமி, குறும்பு செய்வதிலும், ஆசிரியருக்குத் தொல்லை தருவதிலும்தான் ஆர்வங்காட்டினானே தவிர, படிப்பில் கவனம் செல்லவில்லை. ஒருமுறை ஆசிரியரைக் கூட அடித்துவிட்டான். தண்டனை பெற்றும் இராமசாமியின் போக்கில் மாற்றம் இல்லை. இதனால், தந்தை வெங்கட்ட நாயக்கர் வெறுப்படைந்து படிப்பை நிறுத்தி தனது மண்டியில் வியாபாரத்தைக் கவனிக்கும்படி செய்தார். 10வது வயதுக்கு மேல் எப்பள்ளியிலும் இராமசாமி படிக்கவில்லை.

தந்தையின் தரகு மண்டியில் திறமையாக வியாபாரத்தைக் கவனித்தான் இராமசாமி. இதனால் தந்தைக்கு மிகுந்த மகிழ்ச்சி ஏற்பட்டது. ஆனால், ஓய்வு நேரங்களில் புராணம், கடவுள், தலைவிதி பற்றி விமர்சிப்பதும் விவாதம் செய்வதும் அவனது வாடிக்கை ஆயிற்று. பக்திமான்களை வம்புக்கிழுத்து அவர்களின் கோபத்திற்கும் ஆளாவான்.

தனது வீட்டில் செல்வச் செழிப்புடன் நடக்கும் புராண பிரசங்கம், படையல், தான தருமம் இவற்றை நேரடியாக பார்த்துப் பார்த்து வைதீக சம்பந்தப்பட்ட பல செய்திகள் அவர் மனதில் பதிந்தன. பக்திப் பிரசங்க முரண்பாடுகள், ஏற்கமுடியாத கற்பனைகள் இராமசாமியின் சிந்தனையைக் கிளறின. பாகவதர்களையே பலமுறை கேள்வி கேட்டு திணறடித்திருக்கிறான்.

இராமசாமிக்கு கடவுள் பக்தியிருந்தாலும், புராண புரட்டுகளையும், பார்ப்பன, பாகவத ஏமாற்றுகளையும் அவர் நம்ப வில்லை. புராணம், புரட்டு பற்றிய சிந்தனையும் விவாதமும் அவரது பொழுதுபோக்காக மாறின.

இவரது மண்டிக்கு அருகில் கடை வைத்திருந்த பார்ப்பனர் ஒருவர் எப்பொழுது பார்த்தாலும் ''எல்லாம் அவன் செயல்'' என்று கூறிக் கொண்டேயிருப்பார். அவருக்கு புத்தி புகட்ட எண்ணிய இராமசாமி, அக்கடையின் முன்னிருந்த தட்டியை காலால் தள்ளி விட்டான். அது அந்த பார்ப்பனர்மேல் விழ அவர் திட்டிக் கொண்டே அடிக்க வர குறும்புக்கார இராமசாமி ''இதுவும் கடவுள் செயல்தான்'' என்று குறும்பாகக் கூறியபடி ஓடிவிட்டான்.

இவரது தந்தைக்கு இவரது செயல்கள் வெறுப்பைத் தந்தாலும், அவன் புத்திக்கூர்மையோடு பேசுவதைக் கண்டு மகிழ்ச்சியும் அடைவார்.

18 வயதுவரை வியாபாரத்தில் தேர்ச்சிபெற்ற இராமசாமி வாலிபத்திற்குரிய விளையாட்டுகளிலும் ஈடுபட ஆரம்பித்தார். வாலிப கூட்டாளிகளும் சேர்ந்து கொள்ளவே விலைமாதர்மீதும் இராமசாமியின் நாட்டம் செல்ல ஆரம்பித்தது. இதையறிந்த பெற்றோர் திருமண ஏற்பாடு செய்தனர்.

தங்கள் தகுதிக்கு ஏற்ற பெண்ணை தேட ஆரம்பித்தனர். இராமசாமியோ தன்னுடைய தாய்மாமா ரெங்கசாமி நாயக்கரின் மகள் நாகம்மாளை

திருமணம் செய்ய விரும்புவதாகக் கூறினார். தாய்மாமன் சேலம் மாவட்டம் தாதம்பட்டியைச் சேர்ந்தவர். நாகம்மாளுக்கும் இராமசாமியை மணக்க விருப்பம் இருந்தது. காரணம், தாய்மாமன் வீட்டிற்கு அடிக்கடி செல்லும் போது இருவரும் சந்திக்க வாய்ப்பிருந்ததால் ஒருவரையொருவர் விரும்பினர்.

ஆனால், இதை அறியாத நாகம்மாளின் பெற்றோரோ வசதி குறைவாய் இருந்ததால், இளம் வயது மாப்பிள்ளை கிடைக்காமல், இரண்டு மனைவியை இழந்த வயதானவர் ஒருவருக்கு நாகம்மாளை மணம் முடிக்க முடிவு செய்தனர். இதைக் கேள்விப்பட்ட நாகம்மாள் பதறிப்போய் மணந்தால் இராமசாமியைத்தான் மணப்பேன், இல்லாவிட்டால் தற்கொலை செய்துகொள்வேன் என்று உறுதியாய் கூற பெற்றோர் செய்வதறியாது திகைத்தனர்.

இராமசாமியின் தாயாரும் (சின்னத்தாயம்மாள்) தனது வசதிக்கும் அண்ணனின் குடும்ப வசதிக்கும் ஒத்துவராது என்று நினைத்தார். ஆனால் இராமசாமி ஒரே பிடிவாதமாய் நாகம்மாளைத் தவிர வேறு யாரையும் மணக்கமுடியாது என்று கூறிவிட்டார்.

இருவரும் உறுதியாய் இருந்ததால் ராமசாமி நாகம்மாள் திருமணம் 1898ம் ஆண்டு நடைபெற்றது. அப்போது இராமசாமி வயது 19. நாகம்மாள் வயது 13.

திருமணமான இரண்டாம் ஆண்டில் நாகம்மாள் ஒரு பெண் குழந்தையைப் பெற்றாள். ஆனால் அக்குழந்தை பிறந்த ஆறாவது மாதத்திலேயே இறந்துவிட்டது. அதன்பிறகு குழந்தையே வேண்டாம் என்ற முடிவிற்கு வந்தார் இராமசாமி. குழந்தை பெறுவதை ஒரு இடையூறாக அவர் கருதினார். குழந்தை பெறுகின்றவர்களையும் இவர் கேலி பேசுவது வழக்கம்.

02
துறவும் மீண்ட வரவும்

இராமசாமிக்கு 25 வயது ஆனபோது அவருக்கும் அவரது தந்தையாருக்கும் இடையே வந்த கருத்து வேறுபாட்டால், தந்தை கடுமையாகக் கண்டித்தார். இதனால் வெறுப்புற்ற இராமசாமி துறவு மேற்கொண்டு காசிக்கு செல்வதென முடிவு செய்தார்.

அவருக்குத் துணையாக அவரது தங்கை கணவரையும், நண்பர் ஒருவரையும் சேர்த்துக்கொண்டு சென்றார். ஆனால், அவர்கள் இருவரும் சென்னையுடன் திரும்பி விட்டனர்.

இராமசாமி மட்டும் தொடர்ந்து பயணம் மேற்கொண்டு விஜயவாடா (பழைய பெயர் பெஜவாடா) போய்ச் சேர்ந்தார். அங்கு இவரைப் போல துறவு கொண்டு வந்திருந்த கணபதி அய்யரும், வெங்கட்ரமண அய்யர் என்ற வடமொழிப் பண்டிதரும் இவருடன் இணைய மூவரும் நண்பர்களாயினர்.

விஜயவாடாவிலிருந்து புறப்பட்டு ஹைதராபாத் போன மூவரும் பிச்சையெடுத்து சாப்பிடுவது என்ற முடிவிற்கு வந்தனர். அதனால் இராமசாமி தன்னிடமிருந்த தங்கக்காப்பு, கழுத்துச் சங்கிலி, தங்க இடுப்புக் கயிறு, மோதிரங்கள், கடுக்கன் போன்றவற்றைக் கழற்றி பத்திரப்படுத்திக் கொண்டார்.

இவர்தான் பெரியார்

மூவரும் வீடுவீடாகச் சென்று பிச்சையெடுத்தனர். கிடைத்த அரிசியைப் பொங்கிச் சாப்பிட்டு, சாலை ஓரம் அமர்ந்து புராணங்கள் பற்றி விவாதம் செய்தார்கள். மற்ற இருவரின் கருத்துக்கு எதிரான கருத்தை இராமசாமி கூறினார். அவ்வழியே செல்வோரும் இவர்கள் வாதத்தைக் கேட்டு இரசிப்பர்.

அவ்வாறு இரசித்தவர்களுள் ஒருவரான காஞ்சிபுரத்தைச் சேர்ந்த, ஹைதராபாத்தில் பணியாற்றிய முருகேச முதலியார் என்பவர் இம்மூவரையும் தன் வீட்டிற்கு வரும்படி அழைத்தார். இவர்கள் வீட்டிலுள்ளவர்கள் காஞ்சிபுரம் சென்றிருந்ததால், தனது வீட்டிலே மூவரும் தங்கி தனக்குச் சமைத்துப் போடும்படி சொன்னார்.

முதலியார் வேலைக்குச் செல்லும் நேரத்தில் இம்மூவரும் பிச்சையெடுக்கச் சென்று அவர் திரும்புவதற்குள் வந்து சமைத்துவிடுவர். என்றாலும், இவர்கள் பிச்சையெடுக்கும் விபரம் முதலியாருக்குத் தெரியவே, அவர் வருத்தப்பட்டு இனி இவ்விதம் செய்யவேண்டாம் என்று கேட்டுக் கொண்டு, தமிழ் ஊழியர்களிடம் பணம் வசூல் செய்து இவர்களுக்குக் கொடுத்தார். பெரிய அதிகாரிகள் சிலரும் இவர்களைத் தங்கள் வீட்டிற்கு அழைத்து உணவளித்தனர்.

நாட்கள் சென்றதும் இராமாயண பிரசங்கம் நடத்தும் வேலை இவர்களுக்குக் கிடைத்தது. இராமசாமிக்கு தெலுங்கு நன்றாகத் தெரிந்ததால், பிரசங்கத்தின் நடுநடுவே குட்டிக்கதைகள், நகைச்சுவை துணுக்குகள் சொல்வார். இவற்றை மக்கள் அதிகம் ரசித்தனர்.

பின்னர் மூவரும் காசிக்குப் பயணமாயினர். இராமசாமி தன்னிடமுள்ள நகைகளில் மோதிரம் தவிர மற்றவற்றை முதலியாரிடம் கொடுத்து பத்திரமாக வைத்திருக்கச் செய்தார். என்றாலும், தன்னைப் பற்றிய எந்த விவரத்தையும் அவரிடம் இராமசாமி சொல்லவில்லை.

காசிக்கு வந்த முதல் நாளே இராமசாமியின் கையிலிருந்த பணம் முழுவதும் செலவாகியதோடல்லாமல், அவருடன் வந்த இருவரும் பிரிந்து போய்விட்டனர். அங்குள்ள சத்திரங்களில் (தமிழ்நாட்டு செட்டியார் சத்திரங்கள் உட்பட) பிராமணர்களுக்கு மட்டும்தான் உணவு கிடைத்தது.

எனவே, காசிக்கு வந்த மறுநாளே இராமசாமி பட்டினி கிடக்க வேண்டியதாயிற்று. சத்திரத்திற்குள் நுழைந்த இராமசாமியைப் பிராமணர் அல்ல என்று தெரிந்துகொண்ட காவலாளி வெளியே விரட்டினான்.

மஞ்சை. வசந்தன்

இராமசாமிக்கு பசியும் கடுமையாக இருந்தது, கோபமும் அதை விட கடுமையாக வந்தது. அந்நேரம் சத்திரத்திற்குள்ளிருந்து எச்சில் இலைகள் வெளியே எறியப்பட்டன. பசியால் துடித்த இராமசாமி, எச்சில் இலைகளை நோக்கி ஓடி அவற்றில் இருந்தவைகளையெல்லாம் வழித்துச் சாப்பிட்டு பசியைத் தீர்த்தார்.

ஏதாவது வேலை கிடைக்குமா என்று தேடிய இராமசாமியின் தாடியும் மீசையும் அதற்குத் தடையாக இருக்கவே, பிச்சைக் காசில் மொட்டையடித்துக் கொண்டார்.

கங்கைக்கரை மடமொன்றிற்குப் போய் வேலை கேட்ட இராமசாமிக்கு, பூஜைக்கு வில்வம் கொண்டுவந்து கொடுத்தால் ஒருவேளை உணவு தருவதாக சாமியார்கள் கூறினர். தினமும் குளித்துவிட்டு திருநீறு அணிந்து வில்வம் கொண்டு வரவேண்டும் என்ற நிபந்தனையும் கூறப்பட்டது. இராமசாமி அதற்குச் சம்மதம் தெரிவித்தார்.

வீட்டிலே குளிக்க மறுக்கும் இராமசாமிக்கு, குளிர்ந்த கங்கையில் குளிக்க முடியுமா? காலையில் எழுந்து பல்லை மட்டும் துலக்கி விட்டு, குளிக்காமலே விபூதியைபட்டை பட்டையாகப் பூசிக் கொண்டு, இடுப்பில் ஒரு துண்டையும் கட்டிக் கொண்டு, வில்வம் பறித்துக் கொடுத்தார்.

இராமசாமி ஏமாற்றுவதை சாமியார் பார்த்து விட்டார். இதனால் இருவருக்கும் தகராறு ஏற்பட்டு, இராமசாமி மடத்து வேலையை விட்டு விட்டுப் புறப்பட்டார்.

அடுத்து சாப்பாட்டிற்கு வழியென்னவென்று யோசித்தார். கங்கைக் கரையில் இறந்தவர்களுக்குப் படைக்கும் (சிரார்த்தம் செய்யும்) அரிசி, பழம் போன்றவற்றைப் பெற பிச்சைக்காரர்கள் வரிசையாய் நிற்பதைக் கண்டு, இவரும் அவ்வரிசையில் போய் நின்றார். இப்படிக் கிடைத்த உணவுப் பொருட்களைக் கொண்டு சிலகாலம் தள்ளினார்.

அவருடன் பிச்சையெடுக்கும் பார்ப்பனப் பெண் உட்பட பிச்சைக் காரர்கள் மது அருந்துவதும், மாமிசம் உண்பதும், விபச்சாரம் செய்வதுங்கண்டு, சகிக்கமுடியாத இராமசாமி அவ்விடம் விட்டு புறப்பட முடிவு செய்தார்.

காசிக்கு வரும்போது தான் கொண்டுவந்த ஒன்றரைப் பவுன் தங்க மோதிரத்தை 19 ரூபாய்க்கு விற்றுவிட்டு, அஸன்ஸால், பூரி ஆகிய இடங்களுக்குச் சென்றபின் இறுதியில் ஆந்திராவிலுள்ள எலூரு நண்பர் வீட்டிற்குச் சென்று ஒரு மாதம் தங்கியிருந்தார்.

அப்பொழுது அவரைப் பற்றிய செய்தியறிந்த வெங்கட்ட நாயக்கர் உடனே எலூருக்கு வந்து மகன் இராமசாமியைக் கட்டிப் பிடித்து பாசத்தைக் கொட்டினார். பின் முதலியாரிடம் கொடுத்த நகை முழுவதையும் திரும்பப் பெற்றுக்கொண்டு, தந்தையுடன் ஈரோடு வந்து சேர்ந்தார். தாய் சின்னத்தாயம்மாள், மனைவி நாகம்மாள், அண்ணன் கிருஷ்ணசாமி உட்பட குடும்பத்தவர் அனைவரும் பெரும் மகிழ்வடைந்தனர். இராமசாமியை இனி பார்ப்போமா என்று கலங்கிப் போயிருந்தவர்களுக்கு இன்ப அதிர்ச்சியாக அவரது வருகை அமைந்தது.

வியாபாரத்தில் முழுமையாக இராமசாமியை ஈடுபடுத்தினால் தான் மீண்டும் இதுபோல் நிகழாது என்று எண்ணிய வெங்கட்ட நாயக்கர் தனது பெயரில் இருந்த மண்டியை ஈ.வெ.இராமசாமி பெயருக்கு மாற்றி, எல்லாப் பொறுப்புக்களையும் அவரிடம் ஒப்படைத்து விட்டார். இராமசாமியும் குறும்புகள் அனைத்தும் ஒழிந்த பொறுப்புள்ள மனிதராக மாறினார். இதனால் வியாபாரம் சிறப்பாக வளர்ந்தது.

சாதி வேறுபாடு பாராமல் அனைத்து மக்களுடனும் அன்போடு பழகினார். எல்லாச் சமுதாய மக்களின் விழாக்களிலும் கலந்து கொண்டார். வர்த்தகரிடையே நிகழ்ந்த தகராறு, குடும்பத் தகராறுகள் என்று எல்லா வற்றையும் பேச்சுவார்த்தை மூலம் தீர்த்துவைக்கும் ஆற்றல்பெற்றார். வெளிவட்டார பழக்கங்களையும் ஏற்படுத்திக் கொண்டு அதிகாரி, அறிவாளி, சமூக ஊழியர் என்று அனைத்து மக்களுடனும் தொடர்பு கொண்டார். பிளேக் நோய் ஈரோட்டில் பரவியபோது, தன் உயிரையும் பொருட்படுத்தாமல் பாதிக்கப்பட்ட மக்களைக் காக்க பெரிதும் உழைத்தார்.

தகப்பனாரின் சார்பில் எல்லாவற்றிலும் இராமசாமியே கலந்து கொண்டார். 1905ம் ஆண்டு முதல் 1919ம் ஆண்டு வரையிலான 14 ஆண்டு களில் வர்த்தகராகவும், சமூக ஊழியராகவும் உயர்ந்து, இராமசாமி ‘நாயக்கர்’ என்ற சொல்லாலே அழைக்கப்படும் அளவிற்கு செல்வாக்குப் பெற்றார்.

தந்தையின் பொறுப்புக்களை தானே ஏற்றதால் கோயில் பணிகளையும் செய்ய நேர்ந்தது. இராமசாமியே பல கோயில்களைப் புதுப்பித்தார்; பழுது பார்த்தார். கௌரவ நீதிபதியாக 12 ஆண்டுகள் பதவி வகித்தார். தனக்கு நம்பிக்கையில்லாத காரியங்கள் ஆயினும், தன்னிடம் ஒப்படைக்கப்பட்டதை சரியாகச் செய்து முடிக்கும் ஆற்றல் அவரிடம் இருந்தது.

ஈரோடு நகர்மன்றத் தலைவராக இராமசாமி சிறப்பாகப் பணியாற்றி, குடிநீர் வசதி, போக்குவரத்து வசதி, ஆக்கிரமிப்பு அகற்றல் போன்ற நற்பணி களைச் செய்து மக்களின் பாராட்டையும், நன்மதிப்பையும் பெற்றார்.

ஈ.வெ. இராமசாமி பட்டாடைகளை அணிவதை வழக்கமாகக் கொண்டார். சுருட்டு புகைக்கும் பழக்கமும், வெற்றிலைபாக்கு போடும் வழக்கமும் அவரிடம் இருந்தன.

1911ஆம் ஆண்டு ஈ.வெ.ராவின் தந்தை வெங்கட்ட நாயக்கர் காலமானார். அவர்களின் குல மரபுப்படி வைஷ்ணவச் சம்பிரதாயப்படி அவர் உடல் எரியூட்டப்பட வேண்டும். ஆனால் ஈ.வெ.ரா. அவ்வாறு செய்யவில்லை. ஈரோடு இரயில் நிலையம் அருகில் தங்களுக்குச் சொந்தமான இடத்தில் புதைத்தார்.

தனது அண்ணன் கிருஷ்ணசாமியின் எதிர்ப்பையும் மீறி, தந்தை உயிருடன் இருக்கும்போதே தர்ம காரியங்களுக்காக ஒரு அறக்கட்டளையை ஏற்படுத்தினார்.

காங்கிரஸ் ஈர்ப்பு:

ஈரோடு அளவில் தனது பணிகளை செவ்வனே செய்த ஈ.வெ.ரா. நாட்டு நடப்புகளிலும் கவனம் செலுத்தத் தொடங்கினார். செய்தித் தாள்களை கவனித்துப் படித்தார். நாட்டு விடுதலைக்காகப் போராடி வந்த காங்கிரஸ் இயக்கம் இவரை ஈர்த்தது.

ஈரோடு போக்குவரத்தின் முக்கியப் பகுதியாக இருந்தமையால், அவ்வழியாகச் செல்லும் காங்கிரஸ் தலைவர்கள் ஈரோட்டில் ஈ.வெ.ரா வீட்டில் தங்கி உணவருந்தி பயணத்தைத் தொடர்வது வழக்கமாயிற்று. சேலம் டாக்டர் பி.வரதராஜுலு நாயுடு, சி.இராஜகோபாலாச்சாரியார் (இராஜாஜி) ஆகியோர் அதில் அடங்குவர், டாக்டர் வரதராஜுலு நாயுடு மக்களைக் கவர்ந்த மிகச் சிறந்த பேச்சாளர்.

ஈ.வெ.ரா. 1914ஆம் ஆண்டு வாக்கில் ஈரோட்டிலும், சென்னையிலும் நடந்த கூட்டங்களில் கலந்துகொண்டு பேசினார். சில கூட்டங்களுக்கு இவரே ஏற்பாடு செய்தார்.

03

பெரியார் போராட்டக் களத்தை பிறர் அமைத்தல்

(பிராமண ஆதிக்க எதிர்ப்பு)

அரசாங்கத்தின் முக்கியப் பணிகளில் பிராமணர்களின் ஆதிக்கம் அளவிற்கு அதிகமாக இருப்பதை எதிர்த்து குரல் கொடுக்கும் உணர்வு, நாட்டில் பரவலாக எழத்துவங்கியது. 1910 வாக்கில் சென்னை ராஜதானி பகுதியிலும் இவ்வுணர்வு அரும்பியது.

சென்னையில் புகழ்பெற்ற மருத்துவரான டாக்டர் சி.நடேச முதலியார் 1912ஆம் ஆண்டு நவம்பர் மாதம் 10ஆம் தேதி 'சென்னை திராவிடர்களின் சங்கம்' (Madras Dravidian Association) என்ற ஒரு அமைப்பை ஏற்படுத்தினார். அவரே அதன் செயலராகவும் பொறுப்பேற்றார்.

பிராமணர் அல்லாத மாணவர்கள் தங்கிப் படிப்பதற்கென சென்னையில் 1916ஆம் ஆண்டு ஜூன் மாதம் 'திராவிடர் சங்க விடுதியை (Dravidian Association Hostal) பலரிடமும் நிதி திரட்டி உருவாக்கினார் டாக்டர் சி.நடேசன் அவர்கள்.

மேலும் 'திராவிடப் பெருமைகள்' மற்றும் பிராமணர் அல்லாதாரின் கடிதங்கள்' என்ற தலைப்பில் இரண்டு புத்தகங்களை திராவிடர் சங்கம் மூலம் வெளியிட்டார்.

இரண்டாவது புத்தகம் திராவிடர்களின் ஒற்றுமைக்கும், பிராமணர்களுக்கு இணையாக மற்றவர்கள் உயர்ந்து நிற்கவும் வழிகாட்டுவதாய் அமைந்தது.

பிராமணர் அல்லாதார் நலனில் அக்கறை காட்டிய பிரபல டாக்டர் டி.எம்.நாயர் மற்றும் ஆந்திராவைச் சேர்ந்த பிரபல வணிகர் சர்.பி.தியாகராய செட்டியார் ஆகியோரையும் ஒருங்கிணைந்து பிராமணர் அல்லாதோர் இயக்கத்தைப் பலப்படுத்தினார் நடேச முதலியார்.

இதன் விளைவாய் 1916ஆம் ஆண்டு, நவம்பர் 29ஆம் தேதி சென்னை விக்டோரியா பொது அரங்கில் பிராமணர் அல்லாதார் கூட்டம் கூட்டப்பட்டது. அதில் மேற்கண்ட மூவர் உள்ளிட்ட 30 முக்கிய பிரமுகர்கள் கலந்து கொண்டனர்.

இக்கூட்டத்தில் பார்ப்பனர் அல்லாதார் குறைகளை எடுத்துக்கூறி அவர்களை உயர்த்தவும், அவர்களின் உரிமைக்காக குரல் கொடுக்கவும் ஆங்கிலம், தெலுங்கு மற்றும் தமிழ் மொழிகளில் பத்திரிகை நடத்த 'தென் இந்திய மக்கள் கழகம் லிமிடெட்' (The south Inidan Peoples Association Ltd.) என்ற பெயரில் ஒரு கூட்டுவணிக நிறுவனம் (Joint Stock Company) அமைப்பதென முடிவு செய்யப்பட்டது.

தென்னிந்திய நலவுரிமைச் சங்கம்:

1916ஆம் ஆண்டு டிசம்பர் 20ஆம் தேதி பிராமணர் அல்லாத சாதிய இந்துக்களின் அரசியல் நலனை உயர்த்தும் பொருட்டு 'தென்னிந்திய நலவுரிமைச் சங்கம்' (The south Indian Liberal Federation) என்ற பெயரில் ஒரு புது அமைப்பு உருவாக்கப்பட்டது.

அரசாங்கப் பணிகளில் பிராமணர் ஆதிக்கம் முழுமையாக இருப்பதால், ஒவ்வொரு சாதியும், வகுப்பும் தங்களுடைய எண்ணிக்கைக்கு ஏற்ப பிரதி நிதித்துவம் பெறும் வகையில் அரசியல் சட்டம் விரிவுபடுத்தப்பட வேண்டும்;

பிராமணரல்லாத குடும்பத்தினர் தங்கள் மகன்களையும், மகள்களையும் அதிக அளவில் படிக்க வைக்க வேண்டும்,

ஒவ்வொரு பகுதியிலும் பிராமணரல்லாத பிரமுகர்கள் வழிகாட்டலின் கீழ் பிராமணரல்லாதார் அமைப்பு உருவாக்கப் படவேண்டும்;

கல்வி வசதி இல்லாத இடங்களில் கல்வி வசதியை ஏற்படுத்த வேண்டும்; ஏழ்மை நிலையிலுள்ள நம் மாணவர்கள் படித்துயர பண உதவி செய்ய வேண்டும்;

கல்வித்துறையிலும், சமூக, அரசியல் மற்றும் பொருளாதாரத் துறையிலும் முன்னேற்றம் ஏற்படும் வகையில் அனைத்து நடவடிக்கை களையும் மேற்கொள்ள வேண்டும் என்று தென்னிந்திய நலவுரிமைச் சங்கத்தின் பிரகடனம் கூறியது.

தென்னிந்திய நலவுரிமைச் சங்கத்தின் கொள்கைகளைப் பரப்பு வதற்காக டாக்டர் டி.எம்.நாயரை கௌரவ ஆசிரியராகக் கொண்டு 'ஜஸ்டிஸ்' என்ற பெயரில் ஆங்கிலத்திலும், பக்தவச்சலம் பிள்ளை என்பவரைக் கொண்டு 'திராவிடன்' என்ற பெயரில் தமிழிலும், ஏ.சி.பார்த்தசாரதி நாயுடு என்பவரைக் கொண்டு 'ஆந்திரப் பிரகாசினி' என்ற பெயரில் தெலுங்கிலும் மூன்று நாளிதழ்கள் தொடங்கப்பட்டன.

நாளாவட்டத்தில் தென்னிந்திய நலவுரிமைச் சங்கத்தின் பெயர் கைவிடப்பட்டு, 'ஜஸ்டிஸ்' பத்திரிகை பெயராலே 'ஜஸ்டிஸ் கட்சி'என்று அழைக்கப்பட்டது. அது தமிழில் 'நீதிக்கட்சி' என்று வழங்கலாயிற்று.

சமூக நீதிக்காக பிராமணர் ஆதிக்கத்தை எதிர்த்து வந்த நீதிக் கட்சியினர், ஆங்கில ஆட்சி முடிவிற்கு வந்தால் பிராமணர் ஆதிக்கம் தலைதூக்கி ஆட ஆரம்பித்துவிடும் என்பதால் ஆங்கில ஆட்சியே நடக்கலாம் என்று எண்ணினர்.

''பிரிட்டிஷ் அதிகாரிகள் செல்வாக்கையும், அதிகாரங்களையும் குறைக்கும் எந்தத் திட்டத்தையும் நம்மால் ஆதரிக்கமுடியாது. தற்கால நிலையில் எல்லா வகுப்பாரும் சமநீதிபெறவும், தேச ஒற்றுமையைக் காக்கவும், பிரிட்டிஷ் ஆட்சிக்குத் தான் (ஆங்கில ஆட்சிக்கு) சக்தியுண்டு.... தேச நிர்வாகம் நடத்த மக்கள் தகுதி பெறு முன் சுயராஜ்யம் (சுதந்திரம்) பெற முயல்வது கேடானது..... இந்திய நலனை நோக்கின் எல்லோருக்கும் சமநீதி கிடைக்க ஆங்கில ஆட்சியே மேலானது. ஆங்கில ஆட்சியில் குற்றங்கள் சில இருப்பினும் அதுவே நீதியானது....சாதிக்கொடுமையும், வர்ணக் கொடுமையும் ஒழியும்போது சுதந்திரம் தானே கிடைக்கும்'' என்று நீதிக்கட்சியினர் முழக்கமிட்டனர். இதைக் காங்கிரஸ் பலமாக எதிர்த்தது.

நீதிக்கட்சியினால் காங்கிரஸிலிருந்து பிராமணர் அல்லாதார் பிரிந்து போகாமல் தடுக்க, காங்கிரஸ் நோக்கத்திற்கு முரண்படாத வகையில், தென்னாட்டு பிராமணரல்லாதார் நலனை மேம்படுத்தும் நோக்கில் ஒரு சங்கம் அமைக்க காங்கிரஸார் முடிவு செய்தனர்.

1917ம் ஆண்டு செப்டம்பர் மாதம் 20ந் தேதி சென்னை கோகலே மண்டபத்தில் நடந்த ஒரு கூட்டத்தில் ''சென்னை மாகாண சங்கம்'' உருவாக்கப்பட்டது.

04

காங்கிரஸ் ஈர்ப்பும் காந்தி எதிர்ப்பும்

சென்னை மாகாண சங்கத்தின் தலைவராக திவான் பகதூர் கேசவப்பிள்ளை தேர்ந்தெடுக்கப்பட்டார். துணைத்தலைவர்களாக ஈ.வெ.ரா., லாட் கோவிந்ததாஸ், நாகை பக்கிரிசாமிப் பிள்ளை, சீர்காழி சிதம்பரநாத முதலியார், தஞ்சை சீனுவாசப்பிள்ளை, ஜார்ஜ் ஜோசப் ஆகியோர் தேர்ந்தெடுக்கப்பட்டனர்.

செயலர்களாக தி.வி. கோபால்சாமி முதலியார், குருசாமி நாயுடு, டாக்டர் பி.வரதராஜுலு நாயுடு, சர்க்கரைச் செட்டியார், திரு.வி.க.ஆகியோர் தேர்ந்தெடுக்கப்பட்டனர்.

இச்சங்கத்தின் கொள்கையைப் பரப்ப மாநிலம் முழுவதும் பிரச்சாரம் மேற்கொண்டவர் டாக்டர் பி.வரதராஜுலு நாயுடு ஆவார்.

வ.உ.சிதம்பரம் பிள்ளையும் இச்சங்கத்தில் பங்கேற்று பணியாற்றினார்.

பார்ப்பனர் அல்லாதார் நலனுக்கு பாடுபட்டவாறே காங்கிரஸையும் சுதந்திரப் போராட்டத்தையும் வளர்த்து, நீதிக் கட்சியின் ஆங்கில ஆட்சி ஆதரவுப் போக்கை வெளிப்படுத்தி அதை ஒழித்துக்கட்டுவது என்பதை இச்சங்கம் நோக்கமாகக் கொண்டது.

இவர்தான் பெரியார்

இச்சங்கம் தமிழர்கள் தமிழ் மொழியிலே பேச வேண்டும் என்று வலியுறுத்தியது. நாளுக்கு நாள் இச்சங்கம் வளருவதைக் கண்ட நீதிக்கட்சியினர், இதை 'பிராமணர் அடிமைகளின் சங்கம்' என்று கண்டனம் செய்தனர்.

நீதிக்கட்சியினருக்கு பதிலடி கொடுக்க, திரு.வி.கல்யாண சுந்தரனாரை ஆசிரியராகக் கொண்டு 'தேசபக்தன்' இதழைத் தொடங்கினர். இதற்காக திரு.வி.க.தனது ஆசிரியப் பணியைத் துறந்தார்.

'தேசபக்தன்' பத்திரிகை ஒரு லிமிடெட் நிறுவனமாக்கப்பட்டு, ஈ.வெ.ரா., டாக்டர் ராஜன், டாக்டர் வரதராஜுலு நாயுடு, ராஜாஜி, ஆதி நாராயண நாயக்கர், ஜார்ஜ் ஜோசப், லாட் கோவிந்ததாஸ் ஆகியோர் இந்த நிறுவனத்தில் இயக்குநர்களாக ஆயினர். சுப்பராயகாமத் செயலராக ஆனார்.

1919ல் ஈரோட்டில் நடைபெற்ற சென்னை மாகாண சங்கத்தின் இரண்டாம் ஆண்டு மாநாட்டிற்கு வரவேற்புக் குழுத் தலைவராக ஈ.வெ.ரா. செயல்பட்டார். அப்போது மாநாட்டிற்கு வந்த திரு.வி.க., ஈ.வெ.ரா. ஜமீன்தார் தோற்றத்திலும், நாகம்மாள் ஜமீன்தாரிணி கோலத்திலும் காணப்பட்டதாகக் கூறி ஈ.வெ.ராவின் உயர்நிலை வாழ்வை விவரித்தார்.

ஈ.வெ.ரா. காங்கிரஸ் ஆதரவாளராக இருந்து வந்தாலும், 1919ஆம் ஆண்டுதான் காங்கிரஸில் உறுப்பினரானார். இவ்வாண்டு நடைபெற்ற ஜாலியன் வாலாபாக் படுகொலையின் கொடுமையைக் கண்டு கொதித்த ஈ.வெ.ரா., ஆங்கில ஆட்சியை ஒழித்தே தீரவேண்டும் என்று உறுதிகொண்டு, காங்கிரஸில் சேர்ந்தார். ஈரோடு நகரசபைத் தலைவர் பதவி உள்ளிட்ட அவர் வகித்த 29 பதவிகளைத் துறந்தார். சேலம் நகரசபைத் தலைவராய் இருந்த இராஜாஜியும் ஈ.வெ.ரா.வைப் போன்றே பதவியை துறந்தார்.

ஈரோடு நகரசபைத் தலைவராக இருந்து ஈ.வெ.ரா. ஆற்றிய பணியினைப் பாராட்டி, அவருக்கு 'ராவ்பகதூர்' பட்டம் அளிக்க வேண்டும் என்று சர்.பி.இராஜ கோபாலாச்சாரியார் பரிந்துரை செய்திருந்தார். பட்டம் கிடைக்கும் நேரத்தில், நகர் மன்றத் தலைவர் பதவியை ஈ.வெ.ரா துறக்கவே, கடுப்படைந்த சர்.பி.இராஜ கோபாலாச்சாரியார், ஈரோடு சென்று பதவித் துறப்பை வாபஸ் வாங்கும்படி கூறினார். நாட்டுப்பற்றின் காரணமாக ஈ.வெ.ரா.வாபஸ் பெற மறுத்துவிட்டார்.

இச்சமயத்தில் ஈ.வெ.ரா உச்சிக் குடுமியும், அடர்ந்த மீசையும், நெற்றியில் சாந்துக்கோடும், பெரிய பொட்டும் வைத்திருந்தார்.

காந்தியின்மீது ஈடுபாடுகொண்ட ஈ.வெ.ரா.தன்னுடைய நடையுடை பாவனைகளை மாற்றிக் கொண்டார். அவரது குடும்பத்தினரும் மாற்றம் செய்து கொண்டனர். பட்டாடைக்குப் பதில் கதர்சட்டை அணிந்தார். விலை உயர்ந்த சிகரெட் குடிக்கும் பழக்கத்தை விட்டார். வெற்றிலை பாக்கு போடு வதையும் நிறுத்தினார். தனது மண்டியையும் இழுத்து மூடினார். ஈ.வெ.ரா.வின் அண்ணன் கிருஷ்ணசாமி இலவச மருத்துவ சேவை செய்தார்.

1919ஆம் ஆண்டு டிசம்பர் மாதம் அமிர்தசரஸ் நகரில் நடந்த காங்கிரஸ் கட்சி மாநாட்டில் தமிழகத்திலிருந்து 300 பேர் கலந்து கொண்டனர். ஈ.வெ.ரா. அம்மாநாட்டிற்கு வ.உ.சிதம்பரம்பிள்ளை அவர்களை தன் சொந்தச் செலவிலே வற்புறுத்தி அழைத்துச் சென்றார். தேச விடுதலைக்காக தன் சொத்துக்கள் அனைத்தையும் இழந்த வ.உ.சி. அவர்கள் மிகவும் வறுமை நிலையில் இருந்தார்.

ஈ.வெ.ரா. அந்த மாநாட்டில், தமிழகத்திற்குரிய பிரதிநிதித்துவத் திற்காகப் போராடி 'விஷய ஆலோசனைக் குழுவில்' தமிழர்கள் 10 பேர் இடம்பெறச் செய்தார்.

1920ஆம் ஆண்டு செப்டம்பர் மாதம் கல்கத்தாவில் நடந்த காங்கிரஸ் கட்சி சிறப்பு மாநாட்டிலும் ஈ.வெ.ரா. கலந்து கொண்டார். ஆங்கில ஆட்சிக்கு எதிராக ஒத்துழையாமை இயக்கத்தை நடத்துவதென்ற முக்கிய தீர்மானத்தை எடுத்த குறிப்பிடத்தகுந்த மாநாடு அது.

கதர் விற்றல்:

ஈரோடு திரும்பிய ஈ.வெ.ரா. மாநாட்டு முடிவின்படி, அந்நியத் துணியைப் புறக்கணித்து கதர் துணி வாங்கி உடுத்துமாறு செய்தார். ஊர் ஊராகச் சென்று பிரச்சாரம் செய்தார். கதர் மூட்டையை தோளில் சுமந்து விற்பனை செய்தார். எல்லோரும் கதர் உடுத்தினால் நாட்டில் வறுமை இருக்காது, பட்டினி இருக்காது என்று பிரச்சாரம் செய்தார். பெரியாரின் பணியைக் கண்டு மகிழ்ந்த காந்தியார் கதர் இயக்கத்திற்கு ஈ.வெ.ராவைப் பொறுப்பாளராக நியமித்தார். இதை ஈ.வெ.ராவே கீழ்க்கண்டவாறு கூறியுள்ளார்.

"நான் எதிலும் தீவிரமாகவும் உண்மையாகவும் உழைக்கக் கூடியவன் என்கிற கருத்து காந்திக்கு இருந்ததால் கதர் இயக்கத்திற்கு என்னைப் பொறுப்பாளராக நியமித்தார்."

(ஆதாரம் : மயிலைநாதன்: பெரியார் ஒரு நடைச் சித்திரம்)

ஒரு பவுன் 12 ரூபாய் விற்றுக் கொண்டிருந்த அக்காலத்தில் தன்னிடம் கடன் பெற்றிருந்தவர்கள் தரவேண்டிய 50 ஆயிரம் ரூபாயை வேண்டாம் என்று கூறி விட்டார். கடன் பெற்றவர்களை வாட்ட விரும்பாமலே இம்முடிவை எடுத்தார். இன்றைக்கு அது பல கோடி ரூபாய் மதிப்பாகும்.

காங்கிரஸில் கொண்டிருந்த பற்றின் காரணமாக 1920ல் தமிழ்நாட்டில் இந்தியைப் பரப்பும் பணியையும் ஈ.வெ.ரா. மேற்கொண்டார். ஆனால் அவரே, 1938ல் இந்தியை எதிர்த்து முதல் போர் தொடுத்தார். எனவே, சரியெனப்படுவதை மாற்றிக்கொள்ள ஈ.வெ.ரா. என்றுமே தயங்கியதில்லை.

காங்கிரஸ் செயலர்:

1921ஆம் ஆண்டில் ஈ.வெ.ரா. தமிழ்நாடு காங்கிரஸ் கட்சியின் பொதுச்செயலாளராகத் தேர்ந்தெடுக்கப்பட்டார். கள்ளுக்கடை மறியல் போராட்டத்தையும் காந்தி அறிவித்திருந்தார். வடஇந்தியாவில் பனை மரங்களிலிருந்து கள் இறக்கப்பட்டதால் அம்மரங்களை வெட்டிவிட்டால் அது மதுவிலக்குக் கொள்கைக்கு துணை நிற்கும் என்று காந்தியடிகள் கூறினார். தமிழ்நாட்டில் பனைமரத்தில் மட்டுமன்று தென்னை மரத்திலும் கள் இறக்குவது உண்டு.

கள்ளுக்கடை மறியல்:

காந்தியின் அறிக்கையை அறிந்த ஈ.வெ.ரா. உடனே ஒரு முடிவிற்கு வந்தார். தங்கள் குடும்பத்திற்குச் சொந்தமான தாதம்பட்டியிலிருந்த தென்னை மரங்களில் கள் இறக்காமல் நிறுத்த முடிவு செய்தார்.

ஆனால், இவர் மதுவிலக்குக் கொள்கையை ஏற்பதற்கு முன்னரே அத்தோப்புகள் குத்தகைக்கு விடப்பட்டிருந்தது. எனவே, குத்தகை தாரருக்கு நஷ்டஈடு கொடுத்து குத்தகையை முறிக்க ஈ.வெ.ரா. முயன்றார். ஆனால், குத்தகைதாரர் அதற்கு ஒத்துக்கொள்ளவில்லை.

என்றாலும் ஈ.வெ.ரா தனது கொள்கையை நிறைவேற்ற, இரவோடு இரவாக மரம் வெட்டுபவர்களைக் கொண்டு 500 தென்னை மரங்களையும் வெட்டிச் சாய்த்தார். வழக்கம்போல் காலையில் கள்ளிறக்க வந்த குத்தகை தாரர் அதிர்ச்சி அடைந்தார். ஆனாலும், செல்வாக்கு மிக்க ஈ.வெ.ராவிற்கு எதிராக அவரால் ஒன்றும் செய்ய முடியவில்லை.

இந்த மரங்கள் வெட்டப்படாமல் இருந்தால் வருடத்திற்கு ஆயிரக் கணக்கான தேங்காய் காய்க்கும் என்பது ஈ.வெ.ரா. அறியாதது அல்ல. என்றாலும் சுதந்திரப் போராட்ட வேட்கையும், காந்தியின் வேண்டுகோளும் கள் தடை முனைப்பும் எந்த இழப்பிற்கும் அவரைத் தயார்படுத்தியது.

ஈ.வெ.ரா. ஈரோட்டிலே கள்ளுக்கடை முன்பாக மறியல் செய்தார். அவருடன் பங்கேற்ற நூற்றுக்கணக்கான காங்கிரஸ்காரர்களும் ஈ.வெ.ராவும் கைது செய்யப்பட்டனர். 1 மாத சிறைத்தண்டனை விதிக்கப்பட்டது. ஈ.வெ.ராவின் முதல் சிறை அனுபவம் இதுதான்.

சிறைத் தண்டனைக்குப் பின் விடுதலையான ஈ.வெ.ரா, மீண்டும் கள்ளுக்கடை மறியலில் ஈடுபட்டார். ஈரோட்டில் போராட்டம் வலுவாக இருப்பதைக் கண்ட ஆங்கில ஆட்சியர் அந்நகரில் 144 தடையுத்தரவு போட்டனர். அதையும் மீறி ஈ.வெ.ரா. கைதானார்.

இதனைத் தொடர்ந்து ஈ.வெ.ராவின் மனைவி நாகம்மாளும், தங்கை கண்ணம்மாளும் மறியலில் ஈடுபட்டனர். இவர்களோடு ஆயிரக்கணக்கான பெண்களும் மறியலில் ஈடுபட்டனர். ஈ.வெ.ரா. ஈரோட்டில் மிகுந்த செல்வாக்குடையவர் என்பதால் அவரது குடும்பத்துப் பெண்கள் கைது செய்யப்பட்டால் நிலைமை மோசமாகிவிடும், கலவரம் வெடிக்கும், கட்டுப்படுத்தமுடியாத சூழல் உருவாகும் என்பதால் மாகாண நிர்வாகம் 144 தடையுத்தரவை ரத்து செய்தது.

ஆங்கில ஆட்சியாளர்களையே அடிபணிய வைத்த ஈ.வெ.ராவின் கள்ளுக்கடை மறியல் வெற்றியினை இந்தியாவே உற்றுநோக்கியது. இந்தியப் பத்திரிகைகள் இவர் போராட்டத்தைச் சிறப்பாக வெளியிட்டன. ஈ.வெ.ரா. குடும்பம் இந்தியா முழுமைக்கும் அறிமுகமானது.

ஈ.வெ.ராவின் தீவிரப் போராட்டத்தை அறிந்த காந்திஜி வெகுவாகப் பாராட்டினார்.

''மதுவிலக்கில் ஈரோடு மட்டும் அஞ்சாது தொண்டாற்றியிருக் கிறது. அதனால் ராமசாமி நாயக்கருக்கு ஒருமாத சிறைத் தண்டனை பரிசாகக் கிடைத்திருக்கிறது. இச்சிறிய ஊரில் மட்டும் 37 பேருக்குத் தண்டனை கிடைத்தது. இப்போது நாயக்கரின் மனைவியும், சகோதரியும் மறியல் செய்யப் போகிறார்கள்.'' என்று காந்தியடிகளே தனது ''யங் இந்தியா'' பத்திரிகையில் 1921 டிசம்பர் 28ம் தேதி இதழில் எழுதினார்.

கள்ளுக்கடை மறியல் போர் தீவிரமடைந்தால் அரசுக்கு கோடிக் கணக்கான ரூபாய் வருவாய் வராமல் போகும் என்பதை உணர்ந்த ஆங்கில ஆட்சியாளர்கள், கள்ளுக்கடை மறியலை நிறுத்தும்படி காந்திஜியிடம் வேண்டுகோள் விடுத்தனர். மக்களின் அன்றாட வாழ்க்கை பாதிக்கப்படுகிறது என்ற காரணத்தையும் கூறினர்.

ஆனால் காந்திஜி அழகாகச் சொன்னார்: "மறியலை நிறுத்துவது என் கையில் இல்லை. அது ஈரோட்டில் உள்ள இரண்டு பெண்களின் கையில் உள்ளது. அவர்களைக் கேட்க வேண்டும்."

ஆயிரக்கணக்கான பெண்களைத் திரட்டி கள்ளுக்கடை மறியல் செய்யும் நாகம்மாள், கண்ணம்மாள் ஆகிய இருவரையும் சிறப்பிக்கும் விதத்திலேதான் காந்திஜி அவர்கள் இப்படிச் சொன்னார்.

அது மட்டுமல்ல, கள்ளுக்கடை மறியல் செய்ய முதன் முதலில் காந்தியாரும் மற்ற தலைவர்களும் கூடி முடிவெடுத்தது ஈ.வெ.ராவின் வீட்டில்தான். அப்படியொரு முடிவிற்கு வர ஈ.வெ.ராவின் தீவிரமான முழுமையான ஒத்துழைப்பே முக்கியக் காரணமாகும்.

இவ்வகையில் கள்ளுக்கடை மறியல் போரில் ஈ.வெ.ரா.வும் அவரது குடும்பத்தினரும் இந்திய வரலாற்றில் முதன்மை இடம் பிடித்ததோடு, காந்திஜியின் உள்ளத்திலும் இடம் பிடித்தனர்.

05

முதல் வகுப்புவாரி உத்தரவு
(First Communal G.O)

மாண்டேகு-செம்ஸ் போர்டின் சீர்திருத்தப்படி 1920ஆம் ஆண்டு முதல் இரட்டை ஆட்சிமுறை (Diarchy system) அமுலுக்கு வந்தது. இதன்படி சுயாட்சி என்பது பிராமணர் ஆட்சியாகவே அமையும். எனவே, பிராமணர் அல்லாதாருக்கு சட்டமன்றக் கவுன்சிலில் கணிசமான இடங்கள் ஒதுக்கப்பட வேண்டும் என்று நீதிக்கட்சியினர் கோரினர். அதன்படி சட்டமன்றக் கவுன்சிலில் பிராமணர் அல்லாதவர்களுக்கு 28 இடங்கள் ஒதுக்கப்பட்டன.

1920ஆம் ஆண்டு நவம்பர் 20ஆம் நாள் முதல் தேர்தல் நடந்தது. மொத்தமுள்ள 127 இடங்களில் நீதிக்கட்சியை ஆதரிக்கக் கூடியவர்கள் 81 இடங்களில் வென்றனர். கட்சி சார்பில் நீதிக்கட்சியினர் வேட்பாளர்களை நிறுத்தவில்லை.

மாகாண ஆளுநரான வில்லிங்டன், நீதிக்கட்சித் தலைவர் தியாகராயச் செட்டியாரை அமைச்சரவை

இவர்தான் பெரியார்

அமைக்க அழைத்தார். ஆனால் அவர் அதை ஏற்காது, ஏ.சுப்பராயலு ரெட்டியாரை முதல் அமைச்சராகவும், பனகல் அரசர் என்ற ராமராய ஐயங்காரை இரண்டாவது அமைச்சராகவும், ராவ் பகதூர் கே.வெங்கட் ரெட்டியை மூன்றாவது அமைச்சராகவும் நியமிக்கும்படி பரிந்துரைத்தார். அதன்படியே ஆளுநர் நியமித்து, சட்டசபைத் தலைவராக சர்.பி.ராஜகோபாலாச்சாரியாரை நியமித்தார்.

சட்டமன்றம் 1921ம் ஆண்டு 12ம் நாள் துவங்கியது. முதலமைச்சராக பதவி ஏற்ற சுப்பராயலு ரெட்டியாருக்கு உடல் நலக்குறைவு ஏற்படவே அவர் பதவியை ராஜினாமா செய்தார். பனகல் ராஜா முதல் அமைச்சரானார். வெங்கட ரெட்டி இரண்டாவது அமைச்சர், சர்.ஏ.பி.பாத்ரோ மூன்றாவது அமைச்சர்.

நீதிக்கட்சி பதவியேற்றதும், மில்லர் குழுவின் அறிக்கையை சென்னை ராஜதானியிலும் அமுல்படுத்த வேண்டியது. அதை ஏற்ற ஆங்கில அரசு 16ந் தேதி ஒரு உத்தரவை பிறப்பித்தது. அதுதான் 'முதல் வகுப்புவாரி உத்தரவு' (First Communal G.O.) எனப்பட்டது.

இதன்படி பிராமணரல்லாதார் (எம்மதத்தவராயினும்) அரசாங்கப் பணியில் அடுத்த 7 ஆண்டுகளில் 66 சதவிகிதம் பதவிபெறும் வகையில் அரசுப்பணிகளுக்கு நபர்களை நியமிக்க வேண்டும் என்று ஆணையிடப் பட்டது. நியமன விவரம்பற்றி 6 மாதத்திற்கு ஒருமுறை அறிக்கை தரவேண்டும் என்றும் அறிவுறுத்தப்பட்டது.

இரண்டாவது வகுப்புவாரி உத்தரவு 1922ம் ஆண்டு ஆகஸ்டு 15ம் தேதி வெளியிடப்பட்டது. இது முதல் ஆணையை விரைந்தும், விரிவாகவும் செயல்படுத்த ஆணையிட்டது,

அடுத்து ஓராண்டு கழித்து மூன்றாவது உத்தரவு பிறப்பிக்கப்பட்டது. பதவி உயர்வின்போதும் வகுப்புவாரி பிரதிநிதித்துவம் வழங்கப்பட வேண்டும் என்று இது வலியுறுத்தியது.

நீதிக்கட்சியின் முயற்சியால் பெண்களுக்கு வாக்களிக்க உரிமையில்லை என்ற நிலைமாறி பெண்களுக்கும் வாக்களிக்க உரிமை 1921ம் ஆண்டு வழங்கப்பட்டது.

1923ல் நீதிக்கட்சி ஆட்சி, ‘சென்னைப் பல்கலைக் கழகச் சட்டம்’ (Madras University Act) இயற்றி, பல்கலைக்கழக செனட்டில் பிராமணர் அல்லாதாரும் அதிகம் இடம்பெற வழி செய்தது.

1923ஆம் ஆண்டு அக்டோபர் மாதம் சட்டமன்ற கவுன்சிலுக்கு இரண்டாவது பொதுத் தேர்தல் நடந்தது. அதிலும் நீதிக்கட்சி வென்றது.

காங்கிரஸில் இருந்த ஈ.வெ.ரா.வுக்குக் தேவையான எதிர்காலப் பாதையை (வகுப்புவாரி உரிமைப் போர்), காங்கிரஸின் எதிர்க்கட்சியான நீதிக்கட்சி செய்துகொண்டிருந்தது தான் வரலாற்று விநோதம்.

நீதிக்கட்சி ஆட்சியிலிருந்தாலும் காங்கிரஸ் வளர்ந்து கொண்டிருந்தது. ஆங்கில ஆட்சியை அகற்ற வேண்டும் என்ற மக்களின் உணர்வு அதற்குத் துணை நின்றது.

06

வைக்கம் சென்றார் வழி திறந்து வென்றார்

ஈ.வெ.ரா. 1924ஆம் ஆண்டு தமிழ்நாடு காங்கிரஸ் கமிட்டியின் தலைவராகத் தேர்ந்தெடுக்கப்பட்டார். காங்கிரஸின் அலுவலகத்தை ஈரோட்டில் தன் வீட்டிலேயே வைத்துக்கொண்டார் ஈ.வெ.ரா.

அவர் வீட்டிற்கு மோதிலால் நேரு, வித்தல்பாய் படேல், டாக்டர் அன்சாரி, கஸ்தூரிரங்க அய்யங்கார், ஹக்கீம் அஜ்மல்கான் போன்ற தலைவர்கள் வந்தனர். இதனால் தமிழ்நாடு முழுவதும் இருந்து காங்கிரஸ் தொண்டர்கள் ஈரோட்டில் குவிய, ஈ.வெ.ரா.வின் புகழ் பரவியது.

1924ஆம் ஆண்டு மே மாதம் ஈ.வெ.ராவுக்கு கேரளாவில் வைக்கம் நகரில் இருந்து ஒரு தந்தியும், ஒரு கடிதமும் வந்தன.

திருவனந்தபுரம் சமஸ்தானத்திலுள்ள ஒரு சிறு நகரம் வைக்கம். ஈழவர் போன்ற பிற்படுத்தப்பட்ட மக்களும், தாழ்த்தப்பட்ட மக்களும், அந்நகரின் கோயிலைச் சுற்றியுள்ள தெருக்களில் நடமாடவோ, கடந்து செல்லவோ உரிமை கிடையாது. அவர்கள் எதிரிலுள்ள தெருவிற்குப்

போக சுமார் ஒன்றரை கி.மீட்டர் சுற்றித்தான் போக வேண்டும். மாதவன் என்ற வழக்கறிஞர் (ஈழவர் வகுப்பு) அத்தெருவழியே நீதிமன்றம் செல்லும் போது தடுத்து நிறுத்தப்பட்டார்.

இக்கொடுமைகளுக்கு தீர்வுகாண ஈ.வெ.ரா.வால் மட்டுமே முடியும் என்று அங்குள்ள காங்கிரஸ்காரர்கள் உள்ளிட்ட தலைவர்கள் முடிவெடுத்துத் தான் ஈ.வெ.ராவை வைக்கத்திற்கு அழைக்கும் கடிதமும் தந்தியும் அனுப்பினர்.

மதுரை மாவட்டத்தில் சுற்றுப் பயணம் மேற்கொண்டிருந்த ஈ.வெ.ரா. சுற்றுப் பயணத்தை ஒத்திவைத்துவிட்டு, காங்கிரஸ் தலைமைப் பொறுப்பை தான் திரும்பி வரும்வரை ராஜாஜியை ஏற்க கடிதம் கொடுத்துவிட்டு, உடனே வைக்கம் நோக்கிப் புறப்பட்டார்.

வைக்கம் வந்த ஈ.வெ.ரா தம்மை வரவேற்க திருவிதாங்கூர் மகாராஜாவின் போலீஸ் அதிகாரியும், நிர்வாக அதிகாரியும் காத்திருக்க வியப்படைந்தார்.

திருவிதாங்கூர் மகாராஜா டெல்லிக்கு செல்லும்போது வழக்கமாக ஈரோட்டில் ஈ.வெ.ரா.வின் வீட்டில் தங்குவார். அந்த நன்றி விசுவாசத்தில் தான் அந்த வரவேற்பைக் கொடுத்தார். ஈ.வெ.ராவை போராட்டத்தில் கலந்து கொள்ளாமல் தடுக்க ஒரு யுக்தியாகவும் மகாராஜா அந்த வரவேற்பைப் பயன்படுத்தினார். ஆனால் ஈ.வெ.ரா கொண்ட கொள்கையில் உறுதியாய் நிற்பவராயிற்றே; மஹாராஜா ஏமாந்து போனார்.

ஐந்தாறு நாட்கள் வைக்கத்தில் நடக்கும் கொடுமையை எதிர்த்து காரசாரமாகப் பேசினார். இதைக்கேட்ட ஒடுக்கப்பட்ட மக்களுக்கு உணர்வு கிளர்ந்தது.

கீழ்சாதி மக்கள் சென்றாலே தீட்டாகும் என்று சொல்லப்படும் வைக்கத்தப்பனை (வைக்கத்துக் கடவுளை) போட்டு வேட்டி துவைக்க வேண்டும் என்று ஈ.வெ.ரா. கூற மக்கள் ஆதரவு மிகவும் கூடிற்று.

மகாராஜா ஒருவாரம் பொறுத்தபின் தடையுத்தரவு போட்டார். ஈ.வெ.ரா அத்தடையுத்தரவை மீறினார். அதனால், அவர் கைது செய்யப் பட்டு ஒரு மாதம் 'அருவிக்குத்தி' சிறையில் அடைக்கப்பட்டார். (22-04-1924)

இதைக் கேள்வியுற்ற நாகம்மாளும் கண்ணம்மாளும் வைக்கம் வந்து, பிரச்சாரத்தைத் தொடர்ந்தனர். நாளுக்குநாள் ஆதரவு பெருகிற்று.

இவர்தான் பெரியார்

இச்சூழலில், ராஜாஜி ஈ.வெ.ராவிற்கு ஒரு கடிதம் எழுதினார். 'நமது இடத்தை விட்டுவிட்டு நீங்கள் ஏன் இன்னொரு இடத்தில் போய் ரகளை செய்கிறீர்கள். அதை விட்டுவிட்டு இங்கு வந்து விட்டுச்சென்ற வேலைகளைக் கவனியுங்கள் என்று அதில் எழுதியிருந்தார். மற்றொரு காங்கிரஸ்காரர் எஸ்.சீனிவாச அய்யங்கார், ஈ.வெ.ராவை கையோடு அழைத்துப் போகவே வந்துவிட்டார்.

இங்குதான் தலைவர்களையும் அவர்களின் உண்மை உருவத்தையும் புரிந்துகொள்ள வேண்டும். தாழ்த்தப் பட்டோரின் விடிவிற்காக ஈ.வெ.ரா. நடத்திய போராட்டம் ராஜாஜிக்கு 'ரகளை'யாகப் பட்டிருக்கிறது! இன்னொரு அய்யங்கார் அழைத்துப் போகவே வந்துவிட்டார். அவ்வளவு அக்கறை! ஜாதி உணர்வில். மற்றவர்களை ஆதிக்கம் செலுத்துவதில் இவர்களுக்கு எவ்வளவு அக்கறை இருக்கிறது என்பதற்கு இவ்வரலாற்றுச் சம்பவம் சரியான எடுத்துக்காட்டு.

ஆனால், கொள்கைப் பிடிப்புள்ள ஈ.வெ.ரா. இவர்களின் சூழ்ச்சிக்குப் பலியாகாமல், 'வர முடியாது' என்று மறுத்துவிட்டார்.

ஈ.வெ.ராவின் போராட்டச் செய்தி நாடு முழுவதும் பரவத் தொடங்கியது. பஞ்சாபிலிருந்துகூட ஆதரவு கிடைத்தது.

ஆனால், இந்த ஆதரவை இந்துக்கு எதிரான சீக்கியர் போர் என்று சூழ்ச்சிக்காரர்கள் திசைதிருப்ப, பிறமதத்தவர் யாரும் இப்போராட்டத்தில் கலந்துகொள்ள வேண்டாம் என்று காந்திஜி அறிக்கை விட்டார். அதனால் பிற மதத்தவர்கள் விலகிக் கொண்டனர்.

ஈ.வெ.ரா. சிறையிலிருந்து விடுதலையானதும் மீண்டும் அங்கே பிரச்சாரத்தை ஆரம்பித்தார். காந்தியின் ஆதரவு இப்போராட்டத்திற்கு இல்லை என்பதை புரிந்து கொண்ட அதிகாரிகள் மீண்டும் ஈ.வெ.ராவைக் கைது செய்து 6 மாத கடுங்காவல் தண்டனை விதித்தார்கள். அதன்படி 'பசுப்புரா' சிறையில் அடைக்கப்பட்டார்.

இச்சூழலில் கேரளாவில் ஈ.வெ.ரா.தொடங்கிய போராட்டம் தீவிர மடைந்தது. இதனால் ஆத்திரமடைந்த வைதீக சனாதனிகள் ஈ.வெ.ரா. மரணமடைய வேண்டும் என்று கடவுளை வேண்டி ஒரு யாகம் நடத்தினர். அதற்கு 'சத்ரு சம்ஹார யாகம்' என்று பெயர். இந்த யாகம் நடந்து கொண்டிருந்த போதே திருவிதாங்கூர் மன்னர் மரணமடைந்தார். இதுதான் வரலாற்று நகைச்சுவை!

மன்னர் மறைந்ததையொட்டி போராட்ட வீரர்கள் அனைவரும் விடுதலை செய்யப்பட்டனர்.

மன்னர் மறைவிற்குப் பின் அரசியார் பதவிக்கு வந்தார். அவர் போராட்டத் தலைவர்களுடன் பேசித்தீர்வுகாண உடன்பட்டார்.

ஈ.வெ.ராவிற்கும் ராணிக்கும் இடையே உடன்பாடு ஏற்படுவதை விரும்பாத சமஸ்தான திவான் ராஜாஜிக்கு கடிதம் எழுத, அவர் காந்திஜிக்கு கடிதம் எழுதி வரவழைத்தார்.

வைக்கம் வந்த காந்திக்கும் ராணிக்கும் இடையே பேச்சு வார்த்தை நடந்தது. ஈ.வெ.ரா. கலந்துகொள்ளாமல் பயணியர் விடுதியில் இருந்தார்.

"நாங்கள் தெருக்களைத் திறந்துவிடத் தயார். ஆனால் ஈ.வெ.ரா. கோயிலுக்குள்ளும் போக வேண்டும் என்று போராடுவார். அதுதான் தயங்குகிறோம்" என்றார் ராணி.

உடனே காந்திஜி பயணியர் விடுதிக்கு வந்து ஈ.வெ.ராவைச் சந்தித்து ராணி கூறியதைக் கூறி ஒத்துக் கொள்வது நல்லது, உங்கள் கருத்தென்ன என்று கேட்க,

"தாழ்த்தப்பட்டவர்கள் கோயிலுக்குள்ளும் செல்ல வேண்டும் என்பது காங்கிரஸின் நோக்கமாக இல்லா விட்டாலும் அது எனது லட்சியம். அதை நான் விட்டுக் கொடுக்க முடியாது. இப்போதைக்கு வேண்டுமானால் அதுபோன்ற கிளர்ச்சி இருக்காது என்று ஈ.வெ.ரா. தனது தனித் தன்மையையும், நேர்மையையும், உறுதியையும் வெளிப்படுத்தினார்.

காந்திஜி, ஈ.வெ.ராவின் பதிலை அரசியிடம் கூற அரசி ஏற்றுக் கொண்டார். தீண்டப்படாத மக்களுக்கு கோயிலைச் சுற்றியுள்ள தெருக்களில் இருந்த தடை நீங்கியது; அவர்கள் தலைநிமிர்ந்து நடந்தனர்.

இப்போராட்டம் தாழ்த்தப்பட்ட மக்களுக்கு நம்பிக்கை ஊட்டியது. கோயில் நுழைவுப் போராட்டத்திற்கு அவர்களைத் தூண்டியது. அண்ணல் அம்பேத்கார் அவர்கள் கூட இப்போராட்டத் தினால் தூண்டப்பட்டதாக அவரே கூறினார்.

தமிழகத்திலும் இப்போராட்டத்தின் விளைவாய் தாழ்த்தப்பட்டோரிடையே எழுச்சி ஏற்பட்டது. பல மாதங்களுக்குப் பின் வெற்றியோடு

தமிழ்நாடு திரும்பிய ஈ.வெ.ராவிற்கு உற்சாகமான வரவேற்பு அளிக்கப்பட்டது. 'வைக்கம் வீரர்' என்ற அடைமொழியை திரு.வி.க. ஈ.வெ.ராவிற்கு வழங்கினார்.

வைக்கம் போராட்டத்தில் வென்ற ஈ.வெ.ரா. போராட்ட வெற்றி பற்றி கீழ்க்கண்டவாறு நுட்பமாகப் பேசினார்.

"அறப்போராட்டத்தின் நோக்கம் கேவலம் நாய், பன்றிகள் நடக்கும் தெருவில் நாமும் நடக்க வேண்டும் என்பதல்ல. மனிதனுக்கு மனிதன் உயர்வு தாழ்வு இருக்கக் கூடாது என்பதேயாகும். சமத்துவம் வேண்டும் என்பதே நமது குறிக்கோள். இது இத்தெருவில் நடந்ததோடு முடிந்து விடவில்லை. தெருவில் நிலைநாட்டிய சுதந்திரத்தை கோயிலுக்குள்ளும் நிலைநாட்டவேண்டியது மனிதர் அனைவரின் கடமையாகும்.''

கோயில் நுழைவுப் போராட்டம்:

வைக்கம் போராட்டத்தைத் தொடர்ந்து கோட்டயம் நகரில் ஈ.வெ.ரா. தலைமையில் மாநாடு நடந்தது. அதில் கோயில் நுழைவு சம்பந்தமான தீர்மானங்கள் நிறைவேற்றப்பட்டன. அதையடுத்து எர்ணாகுளம் நகரில் சாதியொழிப்பு மாநாடு நடத்தப்பட்டது. சாதியொழிய சாதியில்லாத மதமாகிய இஸ்லாம் மதத்தில் சேரலாம் என்றும் பரிந்துரைக்கப்பட்டது. இதையேற்று ஒடுக்கப் பட்ட மக்கள் பெருவாரியாக இஸ்லாம் மதத்தில் சேர்ந்தனர். இந்நிலை நீடித்தால் இந்துமதம் அழியும் என்று அஞ்சிய மதவாதிகள் மவுனமாக, அரசு வேறு வழியில்லாமல் எல்லா இந்துக்களும் எல்லாக் கோயில்களுக்குள்ளும் செல்லலாம் என உத்தரவு பிறப்பித்தது. இது ஈ.வெ.ராவுக்குக் கிடைத்த அடுத்த வெற்றி.

காங்கிரஸில் இருந்த காந்தியுள்ளிட்ட தலைவர்களிடமிருந்து போதிய ஆதரவு இல்லாதபோதும் தனது விடாமுயற்சியால் ஈ.வெ.ரா. இவ்வெற்றிகளைப் பெற்றார்.

07

குருகுலத்தில் சாதி!
கொதித்துக் கேட்டார் நீதி!

நெல்லை மாவட்டம் சேரன்மாதேவியில் வ.வே.சு.அய்யர் என்ற தேசபக்தர் காந்திய நெறிப்படி குருகுலம் ஒன்றை நடத்திவந்தார். இதற்குப் பலரும் நன்கொடை தந்து உதவினர்.

தமிழ்நாடு காங்கிரஸ் கமிட்டி குருகுலத்தை ஒரு தேசிய நிறுவனமாகக் கருதி ரூ.10 ஆயிரம் நிதிஉதவி அளித்தது.

பல காங்கிரஸ் தலைவர்கள் தங்கள் பிள்ளைகளை அக்குரு குலத்திற்கு அனுப்பினர். முன்னாள் முதல்வர் ஓமந்தூர் இராமசாமி ரெட்டியாரின் பையனும் அங்கு தங்கிப் படித்தான்.

அவன் விடுமுறையில் வீட்டிற்கு வந்தபோது, அங்கு பார்ப்பனர்கள் ஒருவிதமாகவும், மற்றவர்கள் வேறுவிதமாகவும் நடத்தப்படுவதாகவும், பார்ப்பனர்களுக்கு அறுசுவை உணவும், மற்றவர்களுக்கு சாதாரண உணவும் கொடுக்கப்பட்டதாகவும், தண்ணீர் குடிக்க தனிப்பானை, சாப்பிட தனிப்பந்தி என்ற விவரங்களை

இவர்தான் பெரியார்

தன் தந்தையிடம் கூறினான். பிராமணர் தண்ணீர் குடிக்கும் பானையில் தண்ணீர் எடுத்து தான் குடித்ததற்காக கன்னத்தில் அறையப்பட்டதாகவும் கூறினான். ''சூத்திரப்பய உனக்கு என்ன கொழுப்பு'' என்று இழிவு செய்யப் பட்டதாகவும் சொன்னான்.

இவற்றைக் கேட்டு அதிர்ச்சியடைந்த ஓமந்தூரார், ஈரோடுக்கு மகனை அனுப்பி ஈ.வெ.ரா.விடம் கூற அவரும் ஆத்திரம் அடைந்தார். உடனே இதுகுறித்து விவாதிக்க காங்கிரஸ் செயற்குழுவைக் கூட்டும்படி அறிக்கை விட்டார். 1925ம் ஆண்டு ஜனவரி 17ம் தேதி காங்கிரஸ் செயற்குழு கூடி இதை விவாதித்தது.

இரண்டு பிராமணப் பையன்களுக்கு தனியே உணவளிக்க வ.வே.சு. அய்யரே ஏற்பாடு செய்துள்ளது தெரியவந்தது. காங்கிரஸ் செயற்குழு குருகுலத்தில் சமபந்தி உணவுதான் வழங்கப்பட வேண்டும் என்று கேட்டுக் கொண்டது. ஆனால் வ.வே.சு அய்யர் அதை ஏற்கவில்லை.

இப்பிரச்சனை பெரிதாக வெடித்து, காந்தியின் கவனத்திற்குச் சென்றது. காந்திஜி வ.வே.சு. அய்யரையும், வரதராஜுலு நாயுடுவையும் தனித்தனியே அழைத்து இரகசியமாகப் பேசினார்.

சாதி ஒழிப்புப் போரில் காந்திஜி வெளிப்படையாக நடந்து கொள்ளவில்லையென்பதையே எல்லா நிகழ்ச்சிகளும் காட்டுகின்றன. மேலும் அவ்விஷயத்தில் அவர் உறுதியோடு நிற்காமல், நீக்கு போக்காகவே நடந்து கொண்டிருக்கிறார். அதே வகையில்தான் இப்பிரச்சனையிலும் நடந்து கொண்டார்.

''ஒருவர் இன்னொருவருடன் சேர்ந்து சாப்பிட மறுப்பது பாவம் என்று நான் கருதமாட்டேன். சமபந்திபோஜனம் செய்வது பாவம் என்றும் சொல்ல மாட்டேன். பிறரது உணர்வுகளை மதிக்காமல் தனிப்பந்தி முறையை மாற்ற முயலும் எல்லா முயற்சியையும் நான் உறுதியாக எதிர்ப்பேன்'' என்று காந்திஜி கூறினார்.

ஆக இவர் வ.வே.சு. அய்யர் நிலையை ஆதரிக்கிறார் என்பது சுற்றி வளைத்து புரிந்தது. இராஜாஜி சாதி ஒழிப்பு பிரச்சனையில் எப்போதும் போலவே, பார்ப்பனர் சார்பாகவே இப்பிரச்சனையிலும் நடந்து கொண்டார்.

''இப்படியொரு குருகுலத்தை உருவாக்குவது கடினம். எனவே, அதன் உள் நிர்வாகத்தை நிர்வாகிகளிடமே விட்டுவிட வேண்டும். சமபந்தி போஜனம் என்ற பிரச்சனை நாளாவட்டத்தில் சரியாகிவிடும்'' என்று இராஜாஜி கூறினார். ஆக, இவரும் வ.வே.சு. அய்யருக்கு சார்பாகவே பேசினார்.

இங்கு ஓரணியில் பேசியவர்களைக் கூர்ந்து கவனித்தால், யார் யாருக்கு சாதியொழிப்பில் அக்கறையிருந்தது என்பது நன்கு விளங்கும்.

சாதியொழிப்பில் ஈ.வெ.ராவும், டாக்டர் நாயுடுவும் உறுதியாய் நின்றனர். வாக்கெடுப்பில் ஈ.வெ.ரா. அணி வென்றது. எனவே, ராஜாஜியும் அவரைச் சார்ந்தவர்களும் கமிட்டியிலிருந்து விலகிக் கொண்டார்கள்.

இறுதியில் இருதரப்பாலும் மதிக்கப்பட்ட காவ்யகண்ட கணபதி சாஸ்திரி சேரன்மாதேவி வந்து பேச்சு வார்த்தை நடத்தி ஒரு இணக்கமான நிலைவரும் சூழலில், வ.வே.சு. அய்யர் பாபநாசம் அருவியில் மகளைக் காப்பாற்ற முயன்றபோது மரணம் அடையவே, குருகுல பிரச்சனை தீர்வதற்குள் குருகுலமே மெல்ல மெல்ல மூடப்பட்டு விட்டது.

குடியரசு இதழ் துவக்கம்:

பிற்படுத்தப்பட்ட தாழ்த்தப்பட்ட மக்களுக்கு உரிமை கோரி வைக்கத்தில் ஈ.வெ.ரா.வால் நடத்தப்பட்டது மிகப் பெரிய போராட்ட மாயினும் அதைப்பற்றி தமிழ்நாட்டில் ஓரிரு பத்திரிகைகள் தவிர மற்றவை செய்தி வெளியிடவில்லை; ஆதரவும் தெரிவிக்கவில்லை.

ஈ.வெ.ரா. சென்னை மாகாண அரசாங்கத்தால் கைது செய்யப்பட்ட போதும் பத்திரிகைகள் இவரை ஆதரிக்காது அரசாங்கத்தை ஆதரித்தன.

பார்ப்பனர் அல்லாதார் செய்திகள் இருட்டடிப்புச் செய்யப்படுவது அப்பத்திரிகைகளுக்கு வழக்கமாயிற்று.

எனவே, தனது கருத்துக்களை நாட்டுக்கும் மக்களுக்கும் வெளியிட ஒரு பத்திரிகை தொடங்க திட்டமிட்டார்.

1925ஆம் ஆண்டு மே மாதம் 2ஆம் நாள் 'குடியரசு' வார இதழை வெளியிட்டார். முதல் இதழ் திருப்பாதிரிப்புலியூர் ஞானியார் சுவாமிகளால் வெளியிடப்பட்டது. இவர் சிறந்த தமிழறிஞர்.

"நமது நாட்டில் உயர்வு, தாழ்வு என்ற ஆணவம் மிகுந்திருக்கின்றது. 'சமத்துவம்' என்ற உணர்ச்சி எங்கும் பரவ வேண்டும். 'குடியரசு'வின் நோக்கம் அதுவேயென நான் அறிந்து கொண்டேன். மதத்தில் இருக்கும் கேட்டை முதலில் அழிக்க வேண்டும். இவை 'குடியரசு' இதழின் முதல் கொள்கையாய் விளங்க வேண்டும். இப்பத்திரிகையில் ஸ்ரீமான் நாயக்கருக்கு (ஈ.வெ.ரா.) எவ்வளவு சிரத்தையுண்டோ அவ்வளவும் எனக்கும் உண்டு" என்று உணர்வு பொங்க, ஒத்துழைப்பு கூறி ஞானியார் வெளியிட்டார்.

"ஒவ்வொரு வகுப்பும் முன்னேற வேண்டும். இதை அறவே விடுத்து வெறும் 'தேசம்' என்று கூக்குரலிடுவது இப்பத்திரிகையின் நோக்கம் அன்று".

"மக்களுக்கு சுயமரியாதையும், சமத்துவமும், சகோதரத்துவமும் ஓங்கி வளர வேண்டும்".

"உயர்வு, தாழ்வு என்ற உணர்ச்சியே நமது நாட்டில் வளர்ந்துவரும் சாதிச் சண்டை என்னும் நெருப்புக்கு நெய்யாய் இருப்பதால், இவ்வுணர்ச்சி ஒழித்து அனைத்துயிர்களும் ஒன்றென்று எண்ணும் உண்மை அறிவு மக்களிடம் வளர வேண்டும்".

ஆகிய கொள்கைகளை தனது நோக்கமாகக் கொண்டு 'குடியரசு' வெளிவந்தது.

குடியரசு இதழ் தொடங்கப்பட்ட காலத்திலும் ஈ.வெ.ரா கடவுள் பக்தி உடையவராகவே இருந்தார்.

'நவசக்தி' பத்திரிகை ஆறாம் ஆண்டில் அடியெடுத்து வைத்தபோது அதைப் பாராட்டி ஈ.வெ.ரா. கீழ்க்கண்டவாறு எழுதினார்.

"இவ்வுயரிய பத்திரிகை யாதொரு கள்ளங்கபடின்றி இன்னும் நம் தாய்நாட்டிற்கும், தமிழுலகிற்கும் வேலைசெய்து, தீர்க்காயுளுடன் இவ்வுலகில் பிரகாசிக்க இறைவனைப் பிரார்த்திக்கிறோம்."

குடியரசு இதழ் 6மாதம் நிறைவுற்றதும் ஈ.வெ.ரா. இப்பத்திரிகையின் நோக்கை மீண்டும் தெளிவுபடுத்தினார்.

"நமது நாட்டுக்கு சுயராஜ்யமாகிய மகாத்மாவின் நிர்மாணத் திட்டத்தை அமுலுக்குக் கொண்டு வரவும், தமிழர்களாகிய தீண்டாதார்

முதலியோருடைய முன்னேற்றத்திற்கென்று உழைக்கவும் இப்பத்திரிகை ஏற்படுத்தப்பட்டது. அதன்படி தைரியமாய் தொண்டு செய்து வந்திருக்கிறது......

உண்மையில் 'குடியரசு'க்கு எந்த பிராமணனிடத்திலும் குரோதமோ, வெறுப்போ கிடையாதென்பதை உறுதியாகச் சொல்லுவோம். ஆனால், பிராமணன் உயர்வென்று எண்ணிக் கொண்டிருப்பதிலும், மற்றவர்கள் தீண்டத்தகாதவர்கள் என்று எண்ணிக் கொண்டிருக்கும் எண்ணத்தினிடத்திலும், தங்கள் வகுப்பார்தான் முன்னணியில் இருக்க வேண்டும், மேன்மையுடன் பிழைக்க வேண்டும், மற்றவர்கள் என்றென்றைக்கும் தங்களுக்கு அடிமையாயிருக்க வேண்டும் என்று எண்ணிக் கொண்டும், அதற்காக மற்றவர்களை உபயோகித்துக் கொண்டும் செய்யும் கொடுமையான சூழ்ச்சிகளிடத்திலுந்தான் 'குடியரசு'க்கு வெறுப்பு இருப்பதுடன் அதை அடியோடுகளைந்தெறிய வேண்டும் என்று ஆவல்கொண்டு உழைத்து வருகிறது....

தேசம் உண்மையான சுயராஜ்யம் அடைய வேண்டும் என்றும் சகலரும் சமமாய் வாழவேண்டுமானால் - தாழ்த்தப்பட்டவர்களெல்லாம் சமநிலைக்கு வரவேண்டுமானால் - வகுப்புவாரி பிரதிநிதித்துவம் இன்றியமையாததெனக் கருதி அதை எல்லா வகுப்பாரும் அடைய வேண்டுமென எதிர்பார்க்கிறதே ஒழிய, பொதுமக்கள் வாழ்வால் 'குடியரசு' வாழ வேண்டும் என்று அது கருதவே இல்லை''.

என்று தனது நோக்கை, தெளிவாக, ஒளிவு மறைவு இன்றி, மனிதநேயத்தோடு வெளியிட்டார் ஈ.வெ.ரா.

இந்த நோக்கை நிறைவேற்ற காங்கிரஸ் அமைப்பிலும் ஒவ்வொரு வகுப்பினருக்கும் விகிதாச்சார பிரதிநிதித்துவம் வழங்கப்பட வேண்டும் என்றார்.

சட்டசபைகள் முதலிய தேர்தல்களில் வகுப்புவாரி பிரதிநிதித்துவம் ஏற்படுத்துவதோடு, அரசாங்கப் பணிகளிலும் மக்கள் தொகைக்கு ஏற்ப வகுப்புவாரி பிரதிநிதித்துவம் வேண்டும் என்ற தீர்மானத்தையும்,

பள்ளிகளில் சமஸ்கிருதக் கல்விக்கு உள்ள மதிப்பும், பயன்பாடும் தமிழ்க் கல்விக்கும் தரப்பட வேண்டும் என்ற தீர்மானத்தையும் 1920ல் திருநெல்வேலியில் நடைபெற்ற காங்கிரஸ் மாகாண அரசியல் மாநாட்டின் விஷய ஆலோசனைக் குழுவில் ஈ.வெ.ரா.நிறைவேற்றினார்.

ஆனால் அடுத்த நாள் மாநாட்டில் சீனிவாச அய்யங்கார் இட ஒதுக்கீட்டு தீர்மானத்தை நிராகரித்து விட்டார். இது ஈ.வெ.ரா.விற்கு மிகுந்த வருத்தத்தை அளித்தது.

1921ல் காங்கிரஸின் தமிழ் மாகாண 27வது அரசியல் மாநாடு தஞ்சையில் நடைபெற்றது. அந்த மாநாட்டில் ஈ.வெ.ரா. இடஒதுக்கீட்டுத் தீர்மானத்தை முன்மொழிந்தார். ஆனால், இராஜாஜி இதில் தலையிட்டு, இதைக் கொள்கையாக வைத்துக் கொள்வோம் தீர்மான வடிவில் வேண்டாம் என்றார்.

1923ல் சேலத்தில் நடைபெற்ற 29வது மாகாண மாநாட்டில் வகுப்பு வாரி பிரதிநிதித்துவ தீர்மானம் கொண்டுவரப்பட்டது. இராஜாஜி அப்போதும் குறுக்கிட்டு, 'இச்சமயம் ஒத்துழையாமை இயக்கம் போய்விடும் போல் உள்ளது. டெல்லி மாநாடு முடிந்த பிறகு வைத்துக் கொள்ளலாம்' என்று சொல்லி நிறுத்தி விட்டார். இதற்குப் பெயர்தான் 'இராஜாஜி' என்பது! தள்ளிப்போட்டே தகர்க்கும் தந்திரம்.

1924ல் திருவண்ணாமலையில் நடைபெற்ற 30வது மாகாண மாநாட்டிற்கு (காங்கிரஸ்) ஈ.வெ.ரா. தலைமை தாங்கினார்.

"இந்துக்களுக்குள் ஒற்றுமை குறைந்து வருவது உண்மை. முதலாவது பிராமணர்-பிராமணர் அல்லாதார் நிலை குறித்து சிந்திப்போம். ஒரு மதத்தைச் சேர்ந்த இவர்களுள் வேற்றுமை உணர்வு தோன்றுவானேன்? வேற்றுமைக்கு அடிப்படையான காரணங்கள் இருத்தல் வேண்டும். அக்காரணங்களை உணர்ந்து (அவற்றை அகற்றி) ஒற்றுமைக்கு உழைக்க தேசபக்தர்கள் முயல வேண்டும்" என்று தலைமையுரை ஆற்றினார்.

இந்த மாநாட்டில் ரங்கசாமி அய்யங்கார், சீனிவாச அய்யங்கார் மற்றும் அவர்களது ஆதரவாளர்களுக்கும் ஈ.வெ.ராவின் ஆதரவாளர்களுக்கும் இடையே காரசாரமான மோதல் எழுந்து, மாநாடு குழப்பத்தில் முடிந்தது. இதனால், காங்கிரஸ் அமைப்பின்மீது ஈ.வெ.ராவிற்கு பெரும் மனக்கசப்பு ஏற்பட்டது.

08

காங்கிரசை வெறுத்தலும் துறத்தலும்

காங்கிரஸின்மீது கசப்புக் கொண்டிருந்த நேரத்தில் 1925ஆம் ஆண்டு 31வது காங்கிரஸ் மாகாண அரசியல் மாநாடு காஞ்சிபுரத்தில் கூடியது. அதனையொட்டி ஈ.வெ.ரா.பிராமணர் அல்லாதார் மாநாடு ஒன்றையும் கூட்டினார். இதற்கு டி.ஏ.இராமலிங்கம் செட்டியார் தலைமை தாங்கினார்.

காங்கிரஸ் சட்டசபைக்கு போகும் பட்சத்தில் பிராமணர் அல்லாதார் நலன் எவ்வாறு இருக்க வேண்டும் என்று இதில் விவாதித்தனர்.

காங்கிரஸ் சட்டசபைக்குப் போவதாக இருந்தால் வேட்பாளர்கள், விகிதாச்சாரப்படி நிறுத்தப்படவேண்டும் என்று கோரும் ஒரு தீர்மானத்தை காங்கிரஸ் மாநாட்டு விஷய ஆலோசனைக் குழுவிடம் வழங்குவதென்று முடிவு செய்யப்பட்டது.

ஆனால் விஷய ஆலோசனைக் குழு இத்தீர்மானத்தை ஏற்க மறுத்துவிட்டது. அடுத்தநாள் பொது மாநாட்டில் இத்தீர்மானம் கொடுக்கப்பட்டது. தீர்மானத்திற்கு ஆதரவாக 30 பேர்களிடமாவது கையெழுத்து பெற்று வரும்படி மாநாட்டுத் தலைவர்கூற, ஈ.வெ.ரா. தரப்பினர் 50 பேர்களிடம் (பிரதிநிதிகளிடம்) கையொப்பம் பெற்று வந்து கொடுத்தனர்.

இவர்தான் பெரியார்

பிராமணத் தலைவர்கள் இப்படியொரு தீர்மானம் வருவதை அறவே விரும்பவில்லை. வாக்கெடுப்பு நடந்தால் தீர்மானம் நிறைவேறிவிடும் என்பதால் அதை ஏற்காமல் நிராகரிக்கும்படி திரு.வி.க.விடம் கூறினர். வரதராஜுலு நாயுடு பிராமணர்களுக்கு ஆதரவாக இருந்தார்.

இத்தீர்மானத்தை எடுத்துக்கொள்ளாமலே தலைவர் முடிவுரை ஆற்ற முனைந்ததும் ஈ.வெ.ரா ஏமாற்றம் அடைந்தார்.

இத்தீர்மானம் பொது நன்மைக்கு எதிரானது. காங்கிரஸின் அடிப்படைக் கொள்கைக்கு விரோதமானது. எனவே, ஏற்க முடியாது என்று திரு.வி.க.கூறி ஏற்க மறுத்தார்.

ஈ.வெ.ரா. கோபம் பொங்க, ''30 பேர் கையெழுத்து கேட்டீர்கள், 50 பேர் கையெழுத்து வாங்கித் தந்தோம். அப்படியிருக்கும் பொழுது இத்தீர்மானம் சட்ட விரோதம் என்று கூறுவது என்ன நியாயம்?'' என்று சத்தமாகக் கேட்டார். ஈ.வெ.ரா.பேசும்போதே பிராமணர்கள் கூச்சல் போட்டனர். 'தலைவர் முடிவுரை கூறியாகி விட்டது. இனி ஒன்றும் பேச முடியாது' என்று கத்தினர்.

ஆனால் ஈ.வெ.ரா ''தலைவருக்கும் எனக்கும் பேச்சு நடக்கிறது. அவர் பேச வேண்டாம் என்றால் நான் நிறுத்திக் கொள்கிறேன். நீங்கள் பேசாமல் இருங்கள்'' என்று பண்புடன் ஆனால் உரத்தக் குரலில் சொன்னார்.

ஆனால், பிராமணர்கள் ''உட்கார், உட்கார்'' என்று கூச்சல் போட்டனர்.

''சத்தம் போட்டு சாதிக்கப் பார்க்காதீர்கள்! நாங்கள் சத்தம் போட்டால் நீங்கள் வெளியே போக வேண்டியது தான்!'' என்று பிராமணர்களைப் பார்த்து பொங்கிய ஈ.வெ.ரா. ''தலைவர் செய்ததைக் கண்டிக்கிறேன்'' என்று கூறிவிட்டு மாநாட்டிலிருந்து வெளியேறினார். அவரைத் தொடர்ந்து அவரது ஆதரவுத் தலைவர்களும் வெளியேறினர்.

தலைவர் திரு.வி.க.வும் ராஜாஜியும், ''நண்பரே! நண்பரே! போகாதீர்கள்!'' என்று ஈ.வெ.ராவைப் பார்த்துக் கூறினார்கள். ஆனால் ஈ.வெ.ரா திரும்பிக்கூட பார்க்கவில்லை.

களம் மாறி இவ்வளவு காலமும் உழைத்த ஈ.வெ.ரா. சரியான களம் நோக்கி நடைபோட இந்நிகழ்ச்சி உதவியது. அந்தக்களம் ஏற்கனவே தயாராகிக்கொண்டிருந்தது நீதிக்கட்சியின் பெயரால்.

காங்கிரஸ் கட்சிக்கு அஜீரணப் பொருளாயிருந்த ஈ.வெ.ராவை நீதிக்கட்சி நிச்சயம் ஜீரணிக்கும் நிலை காணப்பட்டது.

09

துவக்கம் - சுயமரியாதை இயக்கம்

காங்கிரஸை விட்டு வெளியேறிய ஈ.வெ.ரா. சுயமரியாதை உணர்வை மக்கள் மத்தியில் ஊட்டுவதில் தன்னை முழுமையாக ஈடுபடுத்திக் கொண்டார்.

மக்களிடையே ஏற்றத்தாழ்வு கூறுவது தவறு. ஒருவன் உயர்ந்த சாதி, மற்றொருவன் தாழ்ந்த சாதி என்று பிறப்பால் வேறுபடுத்துவது கொடுமை. ஒவ்வொரு மனிதனுக்கும், மான உணர்வு உண்டு. அதை மதித்து மற்றவன் நடக்க வேண்டும் என்பன போன்ற பல்வேறு சுயமரியாதைக் கருத்துக்களை மக்களிடம் எடுத்துக் கூறிப் பிரச்சாரம் செய்தார்.

1926ஆம் ஆண்டு ஜனவரி மாதம் 24ந் தேதி 'குடியரசு' இதழில் 'சுயராஜ்யமா? சுயமரியாதையா?' என்ற தலையங்கம் எழுதினார். அது அவரின் சுயமரியாதை இயக்கத்தின் கொள்கைப் பிரகடனமாக அமைந்தது.

"ஒரு சமுதாயத்தை ஒடுக்கி சுயமரியாதை அற்று வைத்திருக்கும் சமூகத்தார் சுயராச்சியம் (விடுதலை) அடைவது மற்றைய சமூகங்களுக்கு நன்மை தருமா? அல்லது ஒடுக்கப்பட்டவருக்கு சேர்த்துத்தான் சுயராச்சியம்

இவர்தான் பெரியார்

தேடுவது என்று சொல்லுவோமானால், அவர்கள் தெய்வங்களைக் காணவும், தரிசிக்கவும் முடியாதபடியும், தெருவில் நடக்கவும், கண்ணில் தென்படவும் முடியாதபடியும் வைத்திருப்பதற்குக் காரணம் சுயராச்சியம் இல்லாமைதானா?...

மகாத்மா காந்தி அவர்கள் சுமார் ஐந்து வருடங்களுக்கு முன் சென்னையில் ஒரு கூட்டத்தில் பேசும்போது 'என்னுடைய சுயமரியாதையைக் காப்பாற்றிக் கொள்ள யோக்கியதை இல்லாதிருக்குமானால் நான் சுயராச்சி யத்தை விரும்புவதில் அர்த்தமேயில்லை என்று சொல்லியிருக்கிறார்.....

'தீண்டாமை ஒழிய வேண்டும் என்று காந்தியடிகள் சொல்வதும், கதர் அணியவேண்டும் என்று கட்டாயப்படுத்துவதும் நம் நாட்டு மக்கள் சுயமரியாதையின் ஜீவநாடிகள்...... ஆகவே, நமது தேசம் உண்மையான உரிமை பெறவேண்டுமானால் மக்களின் சுயமரியாதைக்குத்தான் முதலில் பாடுபட வேண்டும்" என்று எழுதியிருந்தார்.

"மனிதன், மானிடம் என்ற சொற்களே மானத்தை அடிப்படையாகக் கொண்டு ஏற்பட்ட மொழிகள். ஆதலின் மனிதன் என்பவன் மானம் உடையவன். எனவே, மனிதனுக்கு மனிதத் தன்மையைக் காட்டும் உரிமை உடையதே மானம்தான்."

"தீண்டாமையை ஒழிக்கவேண்டியது பிராமணரல்லாதாருக்கு மிகவும் முக்கியமான கடனாகும். ஏனென்றால் தீண்டப்படாதாரின் முன்னேற்றம்தான் பிராமணர் அல்லாதாரின் முன்னேற்றம். தீண்டப் படாதாரின் துன்பம்தான் பிராமணர் அல்லாதாரின் துன்பமாகும். எனவே, தீண்டாமை ஒழிவதன் மூலம்தான் நாடு சுயராச்சியம் அடையும்" என்றும் ஈ.வெ.ரா. விளக்கினார்.

தெருவில் நடக்கக் கூடாது, கோயிலுக்குள் நுழையக்கூடாது, பிராமணர்கள் குடியிருக்கும் பக்கம் செல்லக் கூடாது என்று தாழ்த்தப்பட்டோர் கொடுமைப்படுத்தப்படும் நிலை உச்ச நிலையில் இருந்ததால் ஈ.வெ.ரா. வேறு எல்லாப் பிரச்சனைகளையும்விட சுயமரியாதைப் பிரச்சனையை முதன்மை யானதாகக் கொண்டு பிரச்சாரம் செய்தார்.

காங்கிரசை விட்டு வெளியில் வந்த ஈ.வெ.ரா. சுயமரியாதைப் பிரச்சாரத்தில் தீவிரங்காட்டியதோடு நீதிக்கட்சிக் கூட்டங்களிலும் அவர் கலந்துகொள்வதை அறிந்த தமிழ்நாடு காங்கிரஸ் கமிட்டி ஒரு குழு அமைத்து ஈ.வெ.ரா. நடவடிக்கைகளை விசாரித்தது. அக்குழுவின் அறிக்கையை

அடிப்படையாகக் கொண்டு தமிழ்நாடு காங்கிரஸ் கமிட்டி ஈ.வெ.ரா.வின் காங்கிரஸ் பதவியை ரத்து செய்து, காங்கிரஸுக்கும் அவருக்கும் இனி தொடர்பில்லை என்று அறிவித்தது.

இந்த நடவடிக்கை ஈ.வெ.ரா.வை நீதிக் கட்சியின் பக்கம் நெருக்கமாகக் கொண்டு சென்றது. பார்ப்பன ஆதிக்க எதிர்ப்பில், பார்ப்பனர் அல்லாதார் உரிமைக்குப் போராடுவதில் ஈ.வெ.ரா. முழுமூச்சாக ஈடுபடத் தொடங்கினார். தன்னுடைய பிரச்சாரத்திற்கு நீதிக்கட்சி மாநாடுகளையும் பயன்படுத்திக் கொண்டார்.

1926ம் ஆண்டு நவம்பர் மாதம் சென்னை சட்டமன்றத்திற்குப் பொதுத்தேர்தல் நடத்தப்பட்டது. ஈ.வெ.ரா. யாரையும் குறிப்பிட்டு ஆதரிக்காமல், திறமையுள்ள, பார்ப்பனர் அல்லாத, தொண்டுள்ளங் கொண்ட, தன்னலமற்றவர்களை ஆதரிக்கும்படி வேண்டினார்.

அத்தேர்தலில் நீதிக்கட்சி பெருந்தோல்வி அடைந்தது, காங்கிரஸ் கட்சி ஆட்சி அமைப்பதில்லை என்ற முடிவில் இருந்ததால் சுயேட்சை உறுப்பினரான டாக்டர் பி. சுப்பராயன் டிசம்பர் மாதம் தனது அமைச்சரவையை அமைத்தார். நீதிக்கட்சி எதிர்க்கட்சியாகச் செயல்பட்டது.

தோல்வி அதிர்ச்சியில் நீதிக்கட்சி சிதறத் தலைப்பட்டது. அந்நிலை அறிந்த ஈ.வெ.ரா.அக்கட்சியைக் காப்பாற்ற முடிவு செய்தார். 1926ம் ஆண்டு டிசம்பர் மாதம் 25,26 தேதிகளில் மதுரை நகரில் கூட்டப்பட்ட பிராமணர் அல்லாதார் மாநாட்டில் ஈ.வெ.ரா. பேசினார். இந்த எழுச்சியுரை நீதிக் கட்சியினருக்கு புதிய தெம்பைக் கொடுத்தது. அனைவரும் கதர் அணிய வேண்டும் என்ற ஈ.வெ.ரா.வின் வேண்டுகோளை தீர்மானமாகவே அம்மாநாட்டில் நிறைவேற்றினர்.

காந்தியாருடன் கடும் மோதல்:

காங்கிரசை விட்டு வந்தாலும்கூட ஈ.வெ.ரா. காந்தியார் மீது மதிப்பும் பற்றும் கொண்டேயிருந்தார். ஆனால் 1927ம் ஆண்டு ஆகஸ்டு மாதம் 'சுதேசமித்திரன்' என்ற நாளிதழில் வெளிவந்த காந்தியாரின் உரையைப் படித்த ஈ.வெ.ரா. அதிர்ச்சியடைந்தார்.

"ஒவ்வொரு வருணத்தாருக்கும் ஒவ்வொரு தர்மம் விதிக்கப் பட்டிருக்கிறது. அவரவருக்கு விதிக்கப்பட்ட தர்மத்தை அந்தந்த வர்ணத்தார் செய்யவேண்டும். அப்படி செய்யும்போது அவர்கள் உயர்ந்தவர்கள் ஆகிறார்கள்.

பிராமணனுக்குச் சில தர்மங்கள் விதிக்கப்பட்டிருக்கின்றன. அவைகளை அவன் சரிவர நிறைவேற்றும்போது அவன் உயர்ந்தவன் ஆகிறான். ஜன சேவையே பிராமணனுடைய முக்கிய தர்மம்.

எளியவர்களைப் பாதுகாப்பது சத்திரியனுடைய முக்கிய தர்மம். அத்தர்மத்தை அவன் செய்யும்போது அவன் மற்றோரிலும் மேம்பட்ட வனாகிறான்.

இப்படியே இதர வர்ணத்தார்களும் தத்தமக்கு ஏற்பட்ட தர்மங்களை - கடமைகளைச் செய்கையில் அவர்கள் உயர்ந்தவர்களாகிறார்கள்.

இப்படியிருக்கும்போது உயர்வு தாழ்வு எங்கிருந்து வருகிறது? வருணாசிரம தர்மம் சமுதாய நலத்தை ரட்சிப்பதற்காகவே ஏற்பட்டது. மற்றபடி ஒரு சமூகத்தார் மற்றொரு சமூகத்தாரை ரட்சிப்பதற்கு ஏற்பட்டதல்ல.''

மேற்கண்ட காந்தியாரின் கருத்துக்களை கண்ணுற்ற ஈ.வெ.ரா. கடுங்கோபம் கொண்டார். காந்தியாரை நேரில் சந்தித்து விவாதிக்க முடிவு செய்து பெங்களூருக்குப் போய் காந்தியைச் சந்தித்தார்.

அப்போது மூன்று கருத்துக்களை காந்தியிடம் வற்புறுத்தினார்.

1. காங்கிரஸ் கட்சியை ஒழிக்க வேண்டும்.
2. ஜாதியை ஒழிக்க வேண்டும்.
3. இந்துமதத்தை ஒழிக்க வேண்டும்.

அப்போது காந்தியாருக்கும் ஈ.வெ.ராவிற்கும் நடந்த விவாதத்தின் ஒரு பகுதியைக் கீழே படியுங்கள்.

ஈ.வெ.ரா : இந்துமதம் மறைய வேண்டும்.

காந்தி : ஏன்?

ஈ.வெ.ரா : இந்துமதம் என்று எதுவும் கிடையாது.

காந்தி : இருக்கிறது.

ஈ.வெ.ரா : அது பிராமணன் உருவாக்கிய பிரமை.

காந்தி : அனைத்து மதங்களும் அதைப் போன்றதுதான்.

ஈ.வெ.ரா : இல்லை, மற்ற மதங்களுக்கு வரலாறு, லட்சியங்கள், கோட்பாடுகள் உள்ளன. மக்கள் அவைகளை ஏற்றுக் கொண்டிருக்கிறார்கள்.

காந்தி	:	இந்துமதத்தில் அத்தகையது எதுவும் இல்லையா?
ஈ.வெ.ரா	:	சொல்வதற்கு என்ன இருக்கிறது? பிராமணன், சூத்திரன், வைசியன் போன்ற சாதிய உட்கூறுகள் தவிர அதில் வேறெந்த விதியோ, சான்றோ கிடையாது.
காந்தி	:	அது குறைந்தபட்சம் இக்கோட்பாட்டைக் கொண்டுள்ளது.
ஈ.வெ.ரா	:	இந்துமதம் இருக்கும்வரை சமத்துவத்தை பெற முடியாது.
காந்தி	:	இந்துமதத்தின் மூலமாக எவரும் இதைப் பெற முடியும்.
ஈ.வெ.ரா	:	அப்படியானால் பிராமணர் - சூத்திரர் வேறுபாட்டை நிரூபிக்கும் மதச்சான்றுகள் குறித்து என்ன சொல்வது?
காந்தி	:	நீங்கள் சொல்வதெல்லாம் சரிதான். இந்துமதம் என்று எதுவும் இல்லையென்பதை நான் ஏற்றுக் கொள்கின்றேன். அதற்கென்று திட்டவட்டமான விதியில்லை என்பதையும் நான் ஏற்றுக் கொள்கிறேன். அதனால், இந்துக்கள் என்று நம்மை நாம் கூறிக் கொள்வதன்மூலம் நாம் விரும்பும் முறையில் அதற்காக பொதுவான லட்சியங்களை நாம் உருவாக்கிக் கொள்ள முடியும்...
ஈ.வெ.ரா	:	மன்னிக்கவும். அதைச் செய்ய முடியாது.
காந்தி	:	ஏன்?
ஈ.வெ.ரா	:	இந்துமதத்திலுள்ள சுயநலக் கும்பல் அவ்வாறு செய்ய உங்களை அனுமதிக்காது.
காந்தி	:	(சிரித்துக் கொண்டே) : யார் அவர்கள்?
ஈ.வெ.ரா	:	பிராமணர்கள் அனைவரும்.
காந்தி	:	அவ்வாறு சொல்லாதீர்கள்! நான் ஒரு பிராமணனை பார்த்தேன். அவர் ஒரு சிறந்த பிராமணர் என்றே இன்றும் கருதுகிறேன். அவர்தான் கோபாலகிருஷ்ண கோகலே.

இவர்தான் பெரியார்

ஈ.வெ.ரா : உங்களைப் போன்ற மகாத்மாவிற்கு இந்த உலகில் ஒரே ஒரு நல்ல பிராமணரைக் கண்டுபிடிப்பது சாத்தியமாயிருக்கலாம். ஆனால் என்னைப் போன்ற சாதாரண பாவிகளுக்கு ஒரு நல்ல பிராமணரைக் கண்டுபிடிப்பது எவ்வாறு சாத்தியமாகும்?

காந்தி : (சிரித்துக் கொண்டே).... பிராமணர்கள் படித்த மக்கள் அவர்கள் என்றென்றும் மற்றவர் மீது கட்டுப்பாட்டைச் செலுத்துவார்கள். எனவே, அவர்களை விமர்சிப்பதை விட்டு நாமும் அந்த மட்டத்தை அடைய வேண்டும்.

ஈ.வெ.ரா : பிராமணர்கள் முழுமையும் அறிவு ஜீவியாக இருந்துகொண்டு 90 சதவிகிதம் மக்களை கல்லாதவர் களாக்கி, அவர்களுக்கு ஊறுவிளைவித்தல் சரியா? எனவே இந்நிலைக்குக் காரணமான மதத்தை ஒழிக்க வேண்டும்.

காந்தி : நீங்கள் பிராமணர்களுக்கு எதிரான வெறுப்பைக் கொண்டுள்ளீர்கள். அதுதான் உங்கள்சிந்தையில் பிரதானமாக நிற்கிறது. நம்முடைய விவாதம் மூலம் நாம் இதுவரை எந்த உடன்பாட்டுக்கும் வரவில்லை. எனினும் எதிர்காலத்தில் இரண்டு அல்லது மூன்று முறை சந்தித்துப் பேசுவோம். நமது நிலை குறித்து தீர்மானிப்போம்.

இவ்வாறு காந்தியுடன் கருத்து வேறுபாடு முற்றவே ஈ.வெ.ரா. கடுப்புடன் வெளியே வந்துவிட்டார். காந்தியின் மீதிருந்த மரியாதை ஈ.வெ.ராவை விட்டு விலகியது. அதுவரை 'மகாத்மா' என்று எழுதி வந்தவர் அதன்பின் அதை நீக்கி எழுதினார்.

''என்றைக்கு மக்களுக்கு வருணம் நான்கு உண்டு. அதுவும் அவை பிறவியில் ஏற்படுகின்றன. அந்தந்த வர்ணத்தாருக்கும் ஒரு தர்மம் உண்டு என்று சொன்னாரோ அன்றே அவரிடம் மகாத்மா தன்மை இல்லை என்று தீர்மானித்து விட்டோம்...மகாத்மா பட்டம் ஒருவரின் அபிப்ராயத்தையும் நடவடிக்கையையும் பொருத்துத்தான் வழங்கப்படுவதே தவிர வெறும் உருவத்திற்காக வழங்கப்படுவதல்ல'' என்று ஈ.வெ.ரா.வே கூறினார்.

காந்தியைச் சந்தித்து வந்தபின் ஈ.வெ.ரா. போக்கில் மட்டுமல்ல, குடியரசு ஏட்டிலும் நிறைய மாற்றங்கள் ஏற்பட்டன.

சுயமரியாதை இயக்கத்தின் முக்கியக் கொள்கைகளாக கீழ்க்கண்ட வற்றை ஈ.வெ.ரா. வரையறுத்தார்.

1. மனிதருள் உயர்வு தாழ்வு பிறப்பால் இல்லை.
2. பொருளாதாரத்தில் ஏற்றத்தாழ்வு இல்லாத பொதுவுடமைச் சமுதாயம் வேண்டும்.
3. ஆணும் பெண்ணும் சமவாய்ப்பும் சமஉரிமையும் உடையவர்கள்.
4. சாதி, மதம், தேசம், வருணம், கடவுள் ஆகியவை ஒழிந்த அறிவும் ஒற்றுமையும் உடைய சமுதாயம் அமைக்க வேண்டும்.
5. உழைப்பாளி முதலாளி என்ற வேறுபாடு இல்லாமல் உழைத்து உழைப்பின் பயனை சமமாக அனுபவிக்க வேண்டும்.
6. யாரும் யாருக்கும் அடிமையல்ல. அவரவர் அறிவு, ஆராய்ச்சி, காட்சி, உணர்ச்சி ஆகியவைகளுக்கு இணங்கி நடக்க அனைத்து சுதந்திரமும் வேண்டும்.

இந்நோக்கங்களை அடைய அவர் பல்வேறு போராட்டங்களை நடத்தினார்.

1917ஆம் ஆண்டு 'நாயக்கர்' என்ற சாதிப் பெயரை ஈ.வெ.ரா. கைவிட்டார். அதுமுதல் அவர் ஈ.வெ.ரா. என்றே அழைக்கப்பட்டார்.

இரயில்வே தொழிலாளர் போராட்டம்:

1928-ஆம் ஆண்டு தென்னக 'இரயில்வே தொழிலாளர்களின் போராட்டம் வெடித்தது. நாகப்பட்டினம், போத்தனூர் போன்ற இடங்களிலிருந்த ரயில்வே பணிமனைகளை மூடி, ஆட்குறைப்புச் செய்தது ஆங்கில அரசு.

இந்த நடவடிக்கையின்மூலம் ஆயிரக்கணக்கான தொழிலாளர் களின் வேலை பறிபோகும் என்பதால் தொழிலாளர் சங்கம் வேலை நிறுத்தப் போராட்டத்தில் இறங்கியது.

தமிழகத்தை அப்போது ஆண்ட நீதிக்கட்சிக்கு தொல்லை தருவதற்காக பார்ப்பனர்கள் இப்போராட்டத்தை தூண்டுகின்றனரோ என்று எண்ணிய ஈ.வெ.ரா., முதலில் வேலை நிறுத்தத்தில் இறங்க

வேண்டாம் என்று தொழிலாளர்களைக் கேட்டுக்கொண்டார். நாகப்பட்டினத்து தொழிலாளர்கள் பெரும்பாலானோர் சுயமரியாதை இயக்கத்தை ஆதரிப்பவர்களாய் இருந்தனர். ஆனாலும் அவர்களின் பாதிப்பை உணர்ந்து தொழிலாளர்கள் போராட்டம் நடத்துவதில் உறுதியாய் இருந்தனர். ஜூலை 19ம் தேதி வேலை நிறுத்தம் துவங்கியது. இதைக் கண்ட ஈ.வெ.ரா. தொழிலாளர்களுக்கு ஆதரவாய் போராட்டத்தை ஆதரித்தார். நாகப்பட்டினத்தில் அரசாங்கம் விதித்திருந்த தடையுத்தரவையும் மீறி போராட்டத்தை ஆதரித்துப் பேசியதோடு, போராட்டத்திற்கு நிதி உதவி அளிக்கும்படி பொதுமக்களுக்கும் வேண்டுகோள் விடுத்தார்.

ஈரோட்டிலும் வேலை நிறுத்தக்காரர்களுக்கு ஆதரவாகக் குரல் கொடுத்தார். தொழிலாளர்களின் கோரிக்கை நியாயமானது என்று வாதிட்டார்.

வேலை நிறுத்தப் போராட்டத்தை ஆதரித்ததற்காக ஈ.வெ.ரா 1 மாத சிறைத்தண்டனை அனுபவித்தார். பின்னர் அரசாங்கமே அவர்மீது தொடுத்த வழக்கைத் திரும்பப் பெற்றது.

சுயமரியாதை மாநாடுகள்:

1928ஆம் ஆண்டு முதல் ஈ.வெ.ரா.வின் தீவிரப் பிரச்சாரத்தால், தமிழகத்தின் பல்வேறு பகுதிகளிலும் சுயமரியாதை இயக்க அமைப்புகள் உருவாக்கப்பட்டன.

பார்ப்பன ஆதிக்க எதிர்ப்பு அவரின் முதன்மை நடவடிக்கையாக அமைந்தது.

பார்ப்பனர் அல்லாத திருமணம், பார்ப்பனர் அல்லாத நினைவு நாள், பார்ப்பனர் இல்லாத புதுமனை புகுவிழா என்று புரட்சி செயல்பாடுகள் பரவின. இவ்வாறு காரியங்கள் செய்வோர் பற்றிய விவரம் குடியரசு இதழில் வெளியிடப்பட்டது.

Revolt என்ற ஆங்கிலப் பத்திரிகை ஒன்றையும் ஈ.வெ.ரா. தொடங்கினார். சுயமரியாதைக் கொள்கை தமிழ் தெரியாத மக்களுக்கும் பரவ வேண்டும் என்ற நோக்கோடு இது ஆரம்பிக்கப்பட்டது.

1929ஆம் ஆண்டு பிப்ரவரி மாதம் 17 மற்றும் 18 தேதிகளில் செங்கல் பட்டில் சுயமரியாதை இயக்க முதல் மாநாடு நடந்தது. டபிள்யூ. பி.ஏ. சௌந்தர பாண்டியன் தலைமை தாங்கினார். நீதிக்கட்சியின் கொடியை பி.டி.இராஜன் ஏற்றி வைத்து உரையாற்றினார்.

வகுப்புவாரி பிரதிநிதித்துவத்தை வற்புறுத்தும் தீர்மானம் உட்பட 34 தீர்மானங்கள் மாநாட்டில் நிறைவேற்றப்பட்டன.

மக்களிடையே ஏற்றத்தாழ்வு கூடாது, மதம், வேதம், சாஸ்திரம், புராணம் இவற்றை மக்கள் ஏற்கக்கூடாது, நால் வருணங்களை ஒழிக்க வேண்டும் என்ற முக்கியத் தீர்மானங்களும் அதில் அடங்கும்.

பொது இடங்களில் அனைத்து சாதியினரும் புழங்க உரிமை வேண்டும். அதற்கு அரசாங்கம் சட்டம் இயற்ற வேண்டும் என்றும் கேட்டுக் கொள்ளப்பட்டது. 16 வயதுக்கு மேல்தான் பெண்களுக்கு திருமணம் செய்யவேண்டும். விவாகரத்து, விதவை மணம், சிக்கனத் திருமணம் ஆகியவையும் வலியுறுத்தப்பட்டன. தாய்மொழிக் கல்வியும் வலியுறுத்தப்பட்டது.

ஆரம்பப்பள்ளி ஆசிரியர் பதவி முழுவதும் பெண்களுக்கே தரப்படவேண்டும். மூடநம்பிக்கையைப் பரப்பும் கருத்துக்கள் பாடத் திட்டத்தில் இடம்பெறக் கூடாது என்பனவும் தீர்மானம் செய்யப்பட்டன.

தொழிலாளர் பாதுகாப்புக்கும் உரிமைக்கும் தீர்மானங்கள் இயற்றப் பட்டன.

1930ல் ஈரோட்டில் இரண்டாவது சுயமரியாதை மாநாடும், 1931ல் விருதுநகரில் மூன்றாவது சுயமரியாதை மாநாடும் நடத்தப்பட்டன.

இவற்றைத் தொடர்ந்து சுயமரியாதைப் பெண்கள் மாநாடு, சுயமரியாதை வாலிபர் மாநாடு நடைபெற்றன. ஆயிரக்கணக்கில் பெண் களைத் திரட்டி எழுச்சிக் கருத்துக்களை ஊட்ட இம்மாநாடுகள் பயன் பட்டன. இளைஞர்களும் வெகுவாகக் கவரப்பட்டு அணி திரண்டனர்.

10

அயல் நாடுகளில் பயணமும் அதன் விளைவுகளும்

1927 முதல் சுயமரியாதைக் கொள்கைகளுடன் பொதுவுடமைக் கொள்கைகளையும் சேர்த்து ஈ.வெ.ரா. பேசினார். பொதுவுடமை ஆட்சி வரவேண்டும் என்பதிலும் அவருக்கு அதிக அக்கறை இருந்தது. எனவே, ரஷ்யாவின் தாக்கம் பெரியாருக்கு அதிகம் இருந்தது. எனவே, இரஷ்யா உள்ளிட்ட அயல் நாடுகளுக்குச் செல்ல வேண்டும் என்ற திட்டம் அவருள் இருந்தது.

இரண்டாம் உலகப் போருக்குப் பிறகுதான் (1945) இந்தியாவிலிருந்தும் பிற நாடுகளிலிருந்தும் சோவியத் இரஷ்யாவிற்கு ஒருவர் பயணம் செல்வது எளிதாக முடிந்தது. அதற்கு முன்னர் இரஷ்யாவிற்குச் செல்வது யாருக்கும் எளிதன்று.

1920களிலும் 1930களிலும் அனுமதி பெற்று சோவியத் இரஷ்யாவிற்குச் சென்றவர்கள் மோதிலால் நேரு, ஜவஹர்லால் நேரு, கவிஞர் இரவீந்தரநாத் தாகூர் முதலான ஒரு சிலரே ஆவர். இந்தியாவிலிருந்து அக்கால கட்டத்தில் இரகசியமாக இரஷ்யா சென்றடைவது மிகச்சிரமம்.

எம்.என்.ராய். பாமிதத், அபானி முகர்ஜி, முகமது அலி போன்றோர் அக்காலத்தில் இரகசியமாக சோவியத்நாட்டை அடைந்தவர்கள்.

ஈ.வெ.ராவும், அவருடன் அயல்நாடு சென்ற எஸ்.இராமநாதன், இராமு என்கிற ஆர் இராமசாமி ஆகிய மூவரும் 1932ல் சோவியத் இரஷ்யாவைச் சென்றடைந்தனர்.

13-12-1931 இரவில் அம்போய்சி என்ற பிரஞ்சு நாட்டு சரக்குக் கப்பலில் **(Cargo Ship)** இம்மூவரும் புறப்பட்டனர். இவர்கள் பயணச் செய்தியும் மிக இரகசியமாக வைக்கப்பட்டு, 13-12-1931 குடியரசு ஏட்டில்தான் வெளியிடப்பட்டது.

ஆப்பிரிக்கா, எகிப்து, கிரீஸ், துருக்கி, சோவியத் இரஷ்யா, ஜெர்மனி, இங்கிலாந்து, பிரான்சு, ஸ்பெயின், போர்ச்சுகல் மற்றும் இலங்கை ஆகிய நாடுகளுக்கு பயணம் மேற்கொண்டனர். 13-12-1931 முதல் 08-11-1932 முடிய பயணம் மேற்கொண்டனர்.

இதில் இரஷ்யாவில் மட்டும் 94 நாட்கள் பயணம் மேற்கொண்டனர்.

19-05-1932 முதல் 14-06-1935 வரை 27 நாட்கள் ஜெர்மனியில் பயணம் செய்தனர்.

15-06-1932 முதல் 06-07-1932 முடிய 22 நாட்கள் இலண்டனில் சுற்றுப் பயணம் மேற்கொண்டனர்.

வெளிநாட்டுப் பயணத்தின்போது ஒவ்வொரு நாட்டிலும் பல்வேறு அமைப்புகளுடனும், தொழிலாளர் தலைவர்களுடனும் கலந்துரையாடினர். மக்கள் வாழ்க்கை முறை, அறிவியல் வளர்ச்சி போன்றவற்றைக் கேட்டறிந்தனர்.

சில தொழிலாளர் கூட்டங்களிலும் ஈ.வெ.ரா. பேசினார். இங்கிலாந்தில் பேசும்போது இந்தியத் தொழிலாளிகள் இந்தியாவில் ஆங்கில அரசால் குறைந்த கூலிக்கு வேலை வாங்கப்படுகின்ற கொடுமையைக் கண்டித்துப் பேசினார்.

''போலிக் கட்சிகளையும் கொள்கைகளையும் நம்பாமல், மனித சமூக விடுதலைக்கும், சுதந்திரத்திற்கும், சமத்துவத்திற்கும் உண்மையாகப் போராடுவதற்காக உலகத் தொழிலாளர்களின் ஒற்றுமையை எதிர்நோக்கிக் கொண்டிருங்கள்'' என்று இங்கிலாந்து தொழிலாளர்களிடையே முழங்கினார்.

ஈ.வெ.ரா. இலண்டனில் இருந்தபோது, கம்யூனிஸ்ட் கட்சியின் முக்கியத் தலைவரும் இங்கிலாந்து நாடாளுமன்ற உறுப்பினரும் இந்திய

வம்சாவளியைச் சார்ந்தவருமான சாபூர் சத்லத்வாலாவைச் சந்தித்துப் பேசினார். இரஷ்யா செல்ல விரும்பிய ஈ.வெ.ராவுக்கு சத்லத்வாலா ஓர் அறிமுகக் கடிதம் கொடுத்தார். அதை எடுத்துக் கொண்டு ஈ.வெ.ராவும் மற்ற இருவரும் இரஷ்யா புறப்பட்டனர்.

இரஷ்யாவில் ஈ.வெ.ராவும் அவரது நண்பர்களும் அரசாங்க விருந்தினர்களாக உபசரிக்கப்பட்டனர். அங்கு சுற்றுப்பயணம் செய்த 94 நாட்களில் தொழிற்சாலைகள், கல்வி நிலையங்கள், நாடக அரங்குகள், விவசாயப் பண்ணைகள், குடியிருப்புகள் போன்றவற்றைப் பார்வையிட்டனர்.

சாதி, மத வேறுபாடு, உயர்ந்தவன் தாழ்ந்தவன் வேறுபாடு, ஏழை பணக்காரன் என்ற பிரிவு அந்நாட்டில் இல்லாததும், கடவுள் நம்பிக்கை, மற்ற மூட நம்பிக்கைகள் ஏதும் அம்மக்களிடையே காணப்படாமையும் ஈ.வெ.ரா. வை வெகுவாகக் கவர்ந்ததோடு, அவரது சிந்தனையில் பெரும் பாதிப்பை ஏற்படுத்தின. அவரது சிந்தனை புதிய வடிவம் பெற்றது. அவர் புது எழுச்சி பெற்றார்.

6-5-1932ல் மாஸ்கோவில், கிரெம்ளின் மாளிகையில், மே தின கொண்டாட்டத்திற்கு வந்திருந்த வெளியூர் பிரதிநிதிகளுக்கு அளிக்கப்பட்ட வரவேற்பின்போது, அங்கு வந்திருந்த சிலர் கூறிய கருத்துக்கு பெரியார் விடையளிக்கும் போது,

"இந்தியர்களுக்கு சரியான சுயமரியாதை இன்னமும் வரவில்லை. காந்தியம் இந்தியாவில் ஒழிந்தவுடன் கம்யூனிசம் தானாக வந்துவிடும்" என்றார்.

நாடு திரும்பியபின் 30-07-1933 குடியரசு தலையங்கத்தில் ஈ.வெ.ரா. இதே கருத்தை கீழ்க்கண்டவாறு எழுதியிருந்தார்.

"இந்தியாவில் சமதர்மக் கொள்கை என்றைக்காவது ஒருநாள் ஏற்படும் என்று நினைப்போமேயானால், அது தேசிய காங்கிரசும், காந்தியமும் ஒழிந்த நாளாகத்தானிருக்குமே தவிர அவை ஒழியாமல் ஏற்படாது என்பது உறுதி."

கம்யூனிசம்தான் உழைப்பாளர்களுக்கு விடுதலை தரும் ஒரே ஆட்சிமுறை என்பதில் ஈ.வெ.ரா. உறுதி கொண்டிருந்தார். இந்தியாவில் கம்யூனிசம் வரவேண்டும் என்பதில் அளவுகடந்த ஆர்வமும் அக்கறையும் அவருக்கு இருந்தது.

8-11-1932 அன்று அயல்நாட்டுப் பயணத்தை முடித்துக் கொண்டு நாடு திரும்பிய ஈ.வெ.ரா. அம்மாதம் 13ந் தேதி குடியரசு இதழில் கீழ்க்கண்டவாறு ஒரு அறிவிப்பு கொடுத்தார்.

''இயக்கத் தோழர்களும், இயக்க அபிமானிகளும் இனி ஒருவருக் கொருவர் அழைத்துக் கொள்ளும்போது பெயருக்கு முன்னால் ஒரே மாதிரியாக தோழர் என்கின்ற பதத்தை பயன்படுத்த வேண்டும் என்றும் மகா...., திருவாளர், திரு, தலைவர், பெரியார், திருமதி, ஸ்ரீஜத் என்பன போன்ற வார்த்தைகளைச் சேர்த்துப் பேசவோ, எழுதவோ கூடாது என்றும் வணக்கமாய் வேண்டிக் கொள்கிறேன். குடியரசிலும் அடுத்த வாரம் முதல் (அது வார இதழ் என்பதால்) அப்படியே செய்ய வேண்டும் என்று தெரிவித்துக் கொண்டிருக்கிறேன்.''

இந்த அறிவிப்பு வந்த அடுத்த இதழில் எல்லாப் பெயர்களுக்கும் முன்னால் தோழர் என்றே குறிப்பிடப்பட்டது.

இரஷ்யப் பயணத்தின் தாக்கமே இந்த மாற்றம்.

அவரது ஆர்வத்திற்கு ஏற்ப அந்த ஆண்டு ஈ.வெ.ரா. விற்கு ப.ஜீவானந்தம் என்ற தளபதி கிடைத்தார். முன்னரே கம்யூனிசக்கருத்துக் களால் கவரப்பட்டிருந்த ஜீவானந்தம், ஈ.வெ.ரா. ரஷ்யா சென்று வந்தமையால் அவருடன் நெருங்கிப் பழகி பணியாற்ற உந்தப்பட்டார். காங்கிரஸ்காரராக இருந்து கொண்டே சுயமரியாதை வீரராகவும் விளங்கினார். குடியரசு இதழிலும் கட்டுரைகளும் கவிதைகளும் எழுதினார்.

ஈ.வெ.ரா. குடியரசு இதழில் இரஷ்யாவைப் பற்றிய பல்வேறு செய்திகளைத் தொடர்ந்து வெளியிட்டார். பெண்களுக்கு சமஉரிமை, கடவுள் உணர்ச்சியை ஒழிப்பது. பணக்காரத் தன்மையை ஒழிப்பது, பொதுவுடமை வேண்டுவது ஆகியன அவற்றுள் முக்கியமானவை.

'மே' தினத்தை சமதர்மப் பெருநாளாகக் கொண்டாட வேண்டும் என்று 1933ல் சுயமரியாதைத் தோழர்களைக் கேட்டுக் கொண்டார்.

சமதர்மக் கொள்கைகளைப் பரப்புவதற்காக பல மாநாடுகளை நடத்தினார். கம்யூனிஸ்ட் அறிக்கையையும், 'மதம்' பற்றிய லெனின் கட்டுரையையும், எங்கல்ஸ் எழுதிய 'கம்யூனிசக் கோட்பாடுகள்' என்பதையும் தமிழில் வெளியிடப்பட்டன.

ஈ.வெ.ரா.அவர்களின் சமதர்மப் பிரச்சாரத்திற்கு மா. சிங்காரவேலர் என்ற மார்க்சிய சிந்தனையாளரின் கருத்துக்கள் (எழுத்துக்கள்) பெருந்துணை புரிந்தன.

விஞ்ஞானரீதியில் கடவுள் மறுப்பையும், சோசலிசக் கோட்பாடு களையும், மூடத்தனத்தையும் அவர் விளக்கினார். இதன் மூலம் தமிழ்நாட்டில் சமதர்மக் கொள்கை எழுச்சியுடன் பரவியது.

சுயமரியாதை இயக்கத்தை அரசியல் கொள்கையுடைய இயக்க மாகவும் மாற்ற ஈ.வெ.ரா எண்ணி, அதற்கேற்ப ஒரு செயல் திட்டத்தை வகுத்துத் தரும்படி மா.சிங்காரவேலரைக் கேட்டுக் கொண்டார். அதற்கேற்ப அவரும் தயாரித்துக் கொடுத்தார்.

இத்திட்டம் பற்றி விவாதித்து முடிவெடுக்க 1932ல் டிசம்பர் 28, 29 தேதிகளில் சுயமரியாதைத் தொண்டர்களின் கூட்டத்தை ஈ.வெ.ரா. ஈரோட்டில் கூட்டினார். திட்டத்தை சிங்காரவேலனார் விளக்கிக் கூறினார்.

ஆட்சியைக் கைப்பற்றி அதன்மூலம் சமூகச் சீர்திருத்தங்களைச் செய்யலாம் என்று எடுத்துக் கூறப்பட்டது.

இறுதியில், சுயமரியாதை இயக்கம் எப்பொழுதும் போல் இயங்கும், இணையாக 'சமதர்மக் கட்சி' என்ற அரசியல் பிரிவை நடத்திக் கொள்ளலாம் என்று முடிவு செய்யப்பட்டது. இத்திட்டத் திற்கு 'ஈரோட்டுப் பாதை' என்று பெயரும் வழங்கலாயிற்று.

பிரிட்டிஷ் முதலிய எல்லாவித முதலாளித்துவ இயல்புடைய ஆட்சியிலிருந்து இந்தியாவை பூரண விடுதலை அடையச் செய்வது; நாட்டின் அனைத்துக் கடன்களையும் ரத்து செய்வது; ஆலைகள் இரயில்வேக்கள், வங்கிகள், போக்குவரத்து ஆகிய வற்றை நாட்டுடமை யாக்குவது; அடிமை ஒப்பந்தங்களை ரத்து செய்வது; உழைப்பாளிகளின் ஆட்சியினை இந்தியா முழுமைக்கும் கொண்டு வருவது இதன் இலட்சியங்களாகக் கொள்ளப்பட்டன.

மஞ்சை. வசந்தன்

11

'நாகம்மையார் மறைவு - நன்மைக்கே'!

1933ஆம் ஆண்டு மே மாதம் 11ம் தேதி உடல்நலப் பாதிப்பால் - சிறப்பான சிகிச்சையளிக்கப்பட்டும் பயனின்றி இரவு 7 மணியளவில் நாகம்மையார் மரணமடைந்தார்.

அவரது உடலுக்கு அஞ்சலி செலுத்த ஆயிரக் கணக்கானோர் வந்தனர். கையில் தடியுடன் வாசலில் நின்ற பெரியார் யாரும் அழக்கூடாது; அழுவதானால் உள்ளே போகக்கூடாது என்று கேட்டுக் கொண்டார்.

அடுத்த நாள் காலை நாகம்மையார் உடல் எரியூட்டப்பட்டது. அன்று மாலையே ஈ.வெ.ரா. பிரச்சாரத் திற்காக வெளியூர் சென்றுவிட்டார்! அதனால் பாசம் இல்லையென்று பொருள் அல்ல. பகுத்தறிவு வழி சென்றார்!

மூன்றுநாட்கள் கழித்து தன் மனைவி மறைவு குறித்து ஈ.வெ.ரா ஒரு தலையங்கம் எழுதினார். அது ஈ.வெ.ரா.வின் உள்ளமும் உணர்வும் எத்தகையது என்பதை உலகிற்குக் காட்டிற்று.

'நாகம்மாள் மறைவு-எல்லாம் நன்மைக்கே' இது தலையங்கத் தலைப்பு. அதிலிருந்து சில பகுதிகள்:

எனதருமைத் துணைவி, ஆருயிர்க் காதலி நாகம்மாள் 11-5-33ல் ஆவி நீத்தார். நாகம்மாளை நான் வாழ்க்கைத் துணைவியாகக் கொண்டு இருந்தேனேயல்லாமல் நாகம்மாளுக்கு நான் வாழ்க்கைத் துணையாக இருந்தேனோ என்பது எனக்கு ஞாபகத்துக்கு வரவில்லை.

நான் சுயநல வாழ்வில் 'மைனராய்', 'காலியாய்', சீமானாய் இருந்த காலத்திலும், பொதுவாழ்வில் ஈடுபட்டு தொண்டனாய் இருந்த காலத்திலும் எனக்கு வாழ்வின் துறையின் முற்போக்குக்கும் நாகம்மாள் எவ்வளவோ ஆதாரமாய் இருந்தாள் என்பது மறுக்க முடியாத காரியம். பெண்கள் சுதந்திர விஷயமாகவும் பெண்கள் பெருமை விஷயமாகவும் பிறத்தியாருக்கு நான் எவ்வளவு பேசுகிறேனோ-போதிக்கிறேனோ அதில் நூறில் ஒரு பங்கு வீதமாவது எனதருமை நாகம்மாள் விஷயத்தில் நான் நடந்து கொண்டிருந்தேன் என்று சொல்லிக் கொள்ள எனக்கு முழு யோக்கியதை இல்லை.

நாகம்மாள் உயிர் வாழ்ந்ததும், வாழ ஆசைப்பட்டதும் எனக்காகவே ஒழிய தனக்காக அல்ல என்பதை நான் ஒவ்வொரு வினாடியும் உணர்ந்து வந்தேன்..... ஆகவே, நாகம்மாள் மறைந்தது எனக்கு ஒரு அடிமை போயிற்றென்று சொல்லட்டுமா? ஆதரவு போயிற்றென்று சொல்லட்டுமா? இன்பம் போயிற்றென்று சொல்லட்டுமா எதுவுமே விளங்கவில்லையே!

நாகம்மாளை அற்ப ஆயுள் என்று யாரும் சொல்லிவிட முடியாது. அவருக்கு 48 வயதே ஆனபோதிலும் அது இந்திய மக்களின் சராசரி வாழ்நாளாகிய 23.5 வயதுக்கு இரட்டிப்பு என்றே சொல்லவேண்டும். நாகம்மாள் செத்ததை ஒரு துக்க சம்பவமாகவும், ஒரு கஷ்ட சம்பவமாகவும் கருதாமல் அதை ஒரு மகிழ்ச்சியாகவும், லாபமாகவும் கருத வேண்டுமென்றே நான் ஆசைப்படுகிறேன்.

....கடந்த 2,3 வருஷங்களுக்கு முன்பிருந்தே நான் இனி இருக்கும் வாழ்நாள் முழுவதையும் (சங்கராச்சாரிகள் போல - ஆனால் அவ்வளவு ஆடம்பரத்துடன் பண வசூலுக்காக அல்ல) சஞ்சாரத்திலேயே, சுற்றுப் பயணத்திலேயே இருக்க வேண்டும் என்றும், நமக்கென்று ஒரு வீடோ அல்லது ஒரு குறிப்பிட்ட இடத்தில் நிரந்தரவாசமோ இருப்பது கூடாதென்றும் கருதி வந்ததுண்டு. ஆனால் அதற்கு வேறு எந்தத் தடையும் இருந்திருக்க

வில்லையென்றாலும் நாகம்மாள் பெரிய தடையாய் இருந்தாள். இப்போது அந்தத் தடை இல்லாது போனது ஒரு பெரிய மகிழ்ச்சிக்குரிய காரியமாகும். ஆதலால் நாகம்மாள் முடிவு நமக்கு நன்மையைத் தருவதாகும்.''

இதை இரங்கல் உரை என்பதா? காதல் காவியம் என்பதா? பகுத்தாய்வின் உச்சநிலை என்பதா? எழுத்தாண்ட விதத்தில் இலக்கியச் சிகரம் என்பதா? என்னவென்று சொல்வது என்று நமக்கே அலைவெய்தும் அற்புத எழுத்தோவியம் இது! அவரை அடையாளங் காட்டிய அரிய தடயம் இது!

ஈ.வெ.ராவிற்கு அவரது தங்கை மகள் இராசாத்தியை (வயது-17) மணம் முடிக்க தாயார் வற்புறுத்தினார். வேறு சில பெண்களும் முன்வந்தனர். ஆனால் ஈ.வெ.ரா. எல்லாவற்றையும் மறுத்துவிட்டார்.

ஈ.வெ.ரா. எவ்வளவுதான் மற்றவர்களையும் அவரையும் தேற்றினாலும், அவரது அன்பு உள்ளம் நாகம்மாளை நாடி வாடியே நின்றது! மனித நேயத்தின் மறுவடிவமாயிற்றே அவர்!

12

ஆறுமாத கடுங்காவலும் அரசின் நெருக்கடியும்

ஈ.வெ.ராவின் பிரச்சார வேகத்தைத் தடுக்க எண்ணிய அரசு அவரைச் சிறையிலடைக்க முயற்சி மேற்கொண்டது. சமதர்மக் கொள்கையை ஈ.வெ.ரா. தீவிரமாகப் பிரச்சாரம் செய்ததையும், அரசுக்கு விரோதமாக எழுதியும் பேசியும் வந்ததையும் அரசு விரும்பவில்லை.

1933ஆம் ஆண்டு அக்டோபர் மாதம் 29ஆம் தேதி குடியரசு இதழில், 'இன்றைய ஆட்சி ஏன் ஒழிய வேண்டும்' என்று தலைப்பிட்டு தலையங்கம் எழுதினார் ஈ.வெ.ரா. பணக்காரர்கள் கொழிக்கவும் ஏழைகள் சுரண்டப் படவுமே அரசு வழிவகுக்கிறது என்ற கருத்தை அதில் கூறியிருந்தார். இது முதலாளித்துவ அரசாங்கம்; பணக்காரர் களுக்கே கல்வியும் பதவியும் கிடைக்கிறது என்றும் குற்றஞ்சாட்டியிருந்தார்.

இதையே காரணமாகக் காட்டி, ஈ.வெ.ரா.வையும், 'குடியரசு' வெளியீட்டாளரான அவரது சகோதரி கண்ணம் மாவையும் டிசம்பர் 20ந் தேதி (1933) கைது செய்து கோவை சிறையில் அரசாங்கம் அடைத்தது. இருவர்மீதும்

இராஜதுரோக குற்றம் சாட்டப்பட்டது. ஆறுமாத கடுங்காவலும் 300 ரூபாய் அபராதமும் ஈ.வெ.ரா.விற்கு வழங்கப்பட்டது. கண்ணம்மாளுக்கு மூன்றுமாத வெறுங்காவலும் 300 ரூபாய் அபராதமும் அளிக்கப்பட்டது.

அரசின் அடக்குமுறை காரணமாக 'குடியரசு' இதழ் நிறுத்தப்பட்டு விட்டது. 'புரட்சி' என்ற பெயரில் வெளியிடப்பட்ட புதிய பத்திரிகையும் நிறுத்தப்பட்டது. அதன்பின் வெளியிடப்பட்ட 'பகுத்தறிவு' என்ற பத்திரிகையும் நிறத்தப்பட்டது, நெருக்கடி காரணமாக.

கோவைச்சிறையில் கைதியாக அடைக்கப்பட்டிருந்த இராஜாஜியும் பெரியாரும் சந்திக்க வாய்ப்பு கிடைத்தது. ஈ.வெ.ராவை மீண்டும் காங்கிரசுக்கு இழுக்க அவர் முயற்சி செய்தார். விகிதாச்சார அரசியல் பிரதிநிதித்துவமும், உத்தியோகமும் கொடுப்பதாக ஒத்துக் கொண்டால் காங்கிரசுடன் பணியாற்றுவதாக ஈ.வெ.ரா கூறினார். ஆனால் அதற்கு காந்திஜி ஒத்துக் கொள்ளாததால் ஈ.வெ.ரா.வும் காங்கிரஸில் இணையவில்லை.

தண்டனைக்காலம் முடிந்தபின் ஈ.வெ.ராவும் கண்ணம்மாவும் விடுதலை அடைந்தனர்.

ஈ.வெ.ரா.ஒரு புதிய வேலைத் திட்டத்தை (கொள்கைத் திட்டத்தை) வகுத்து இதை காங்கிரஸ், நீதிக்கட்சி இரண்டில் யார் ஏற்றுக் கொண்டாலும் அவர்களுடன் ஒத்துழைக்கத் தயார் என்று அறிவித்தார்.

இத்திட்டத்தை காங்கிரஸ் ஏற்றுக் கொள்ளவில்லை. நீதிக்கட்சி ஏற்றுக்கொண்டது. எனவே, ஈ.வெ.ரா.நீதிக்கட்சியை ஆதரித்துப் பிரச்சாரம் செய்தார். இம்முடிவிற்கு சமதர்மத்தை தீவிரமாக ஆதரித்த ஜீவானந்தம், சிங்காரவேலனார் போன்றோர் கடும் எதிர்ப்பு தெரிவித்தனர். நீதிக்கட்சி ஆங்கில ஆட்சியை ஆதரிக்கும் கட்சி, பிற்போக்கானது, அதனை ஆதரிக்கக் கூடாது என்றனர். ஆனால், ஈ.வெ.ரா. அதை ஏற்றுக்கொள்ள வில்லை. நீதிக்கட்சியை தொடர்ந்து ஆதரித்தார்.

நீதிக்கட்சி 1934 நவம்பரில் நடந்த தேர்தலில் படுதோல்வியடைய காங்கிரஸ் பெரும் வெற்றிபெற்றது.

இந்தியாவில் தீவிரமாக பரவிவந்த கம்யூனிஸ்ட் இயக்கத்தை அழித்துவிட நினைத்த ஆங்கில அரசு 1934ல் இந்திய கம்யூனிஸ்ட்

கட்சியைத் தடைசெய்தது. சுயமரியாதை சமதர்மக் கொள்கைகள் தமிழகத்தில் பரவாமல் செய்யவும் அரசு முயற்சித்தது. சுயமரியாதை இயக்கத்தைச் சேர்ந்த வெளியீடுகள் பறிமுதல் செய்யப்பட்டன. ப.ஜீவானந்தம் அவர்களால் மொழிபெயர்ப்பு செய்யப்பட்ட "நான் ஏன் நாத்திகன் ஆனேன்" என்ற பகத்சிங் நூலின் தமிழ் வடிவமும் பறிமுதல் செய்யப்பட்டவைகளுள் ஒன்று. பதிப்பகத்தார் ஈ.வெ.கிருஷ்ணசாமியும் 1935 பிப்ரவரி மாதம் 21ந் தேதி கைது செய்யப்பட்டார். அவர்மீது இராஜதுரோகக் குற்றச்சாட்டு கூறப்பட்டது.

ஈ.வெ.ரா. சமதர்மப் பிரச்சாரத்தைக் கைவிடவில்லை யென்றால் சுயமரியாதை இயக்கமும் ஒடுக்கப்படும் என்ற செய்தி நீதிக்கட்சியினர் மூலம் தெரிவிக்கப்பட்டது. இதனால் கவலை கொண்ட ஈ.வெ.ரா. சமதர்மப் பிரச்சாரத்தைக் கைவிட்டு, ஆங்கில அரசாங்கத்தை ஆதரிக்க முடிவுசெய்து, அந்த அறிவிப்பை 1935 மார்ச் 10ம் தேதி குடியரசு இதழில் வெளியிட்டார்.

மேலும், ராஜதுரோகக் குற்றத்திற்கு கைது செய்யப்பட்ட, ப.ஜீவானந்தத்தையும் ஈ.வெ.கிருஷ்ணசாமியையும் அரசாங்கத்திடம் மன்னிப்பு எழுதிக் கொடுத்துவிட்டு விடுதலையாகும்படி கூறினார். இதனால் ஜீவானந்தம் கோபமும் வெறுப்பும் கொண்டாலும் தலைவரின் கட்டளைக்கு இணங்கி இருவரும் அவ்வாறே எழுதிக் கொடுத்து விடுதலை ஆயினர்.

ஈ.வெ.ரா.வும் பெருந்தன்மையாக இவர்கள் எழுதிக் கொடுத்த மன்னிப்புக் கடிதத்திற்கு தானே முழுப் பொறுப்பு, அவர்கள் அதை விரும்பவில்லை என்பதை குடியரசு ஏட்டிலே 31-03-1935ல் அறிவித்தார்.

ஈ.வெ.ரா.வின் இம்முடிவை இயக்கத்து இளைஞர்கள் எதிர்த்தனர். சிங்காரவேலரும், ஜீவானந்தமும் கடுமையாக விமர்சனம் செய்தனர். இளைஞர்கள் பலர் விலகி 'சுயமரியாதை சோசலிஸ்ட் கட்சி' யினை அமைத்தனர்.

ஆனால் ஈ.வெ.ரா.,

"இவையெல்லாம் எப்படிப்பட்ட இயக்கத்திற்கும் ஒவ்வொரு சமயங்களில் இயற்கையேயாகும். பழைய வாலிபர்கள், ஆட்கள் கழிதலும், புதிய வாலிபர்கள், ஆட்கள் புகுதலும் குற்றமல்ல. கால இயற்கையே யாகும்'' என்று 31-03-1935 குடியரசு இதழில் எழுதி, இந்த எதிர்ப்பை அலட்சியப்படுத்தினார்.

ஒரு பக்கம் காங்கிரஸ் வளர்ந்து கொண்டிருந்தது. மறுபக்கம் நீதிக்கட்சியின் செல்வாக்கு குறைந்து கொண்டு வந்தது, ஈ.வெ.ரா.வின் இயக்கத்திற்கு இன்னொரு புறம் அரசின் நெருக்கடியும் இளைஞர்கள் பலரின் எதிர்ப்பும் ஏற்பட, ஈ.வெ.ராவின் பார்வை பார்ப்பனர் அல்லாதாரின் உயர்வையும், பார்ப்பன ஆதிக்க ஒழிப்பையும் முதன்மை இலக்காகக் கொண்டு நீதிக்கட்சியின் பக்கம் திரும்பியது. அதன்மீது விருப்பமும் அரும்பியது. இது அடுத்த கட்ட பரிணாமத்திற்கும், திருப்பத்திற்கும் அடிப்படையாக அமைந்தது.

13

மொழிப்போர்ச் சிறையும் நீதிக்கட்சித் தலைமையும்

1937க்கான சட்டமன்றத் தேர்தலில் இரட்டை ஆட்சி முறை ஒழிக்கப்பட்டு, மக்களால் தேர்ந்தெடுக்கப் படுபவர்களைக் கொண்டு ஆட்சி அமைக்கும் முறை கொண்டுவரப்பட்டது.

நீதிக்கட்சியின் முக்கியப் பேச்சாளராக ஈ.வெ.ரா.வும், காங்கிரஸ் கட்சியின் முக்கியப் பேச்சாளர்களாக எஸ்.சத்திய மூர்த்தி, ராஜாஜி, ப.ஜீவானந்தம் ஆகியோரும் நின்று தீவிரப் பிரச்சாரத்தில் ஈடுபட்டனர். இத்தேர்தலில் ஆட்சியைக் காப்பாற்றிவிடவேண்டும் என்பதில் நீதிக்கட்சி தீவிரமாய் இருந்தது.

ஆனால் தேர்தலில் காங்கிரஸ் பெரும் வெற்றி அடைந்தது. 215 மொத்த இடங்களில் 159 இடங்களை காங்கிரஸ் கைப்பற்றியது. நீதிக்கட்சி படுதோல்வி அடைந்தது. பி.டி.ராஜன், முத்தையா முதலியார் போன்ற நீதிக்கட்சியின் முக்கியத் தலைவர்களே தோல்வி யடைந்தனர். பொப்பிலி மகாராஜா வி.வி.கிரி அவர் களாலும், ராமனாதபுரம் இராஜா முத்துராமலிங்கத் தேவராலும், தோற்கடிக்கப்பட்டார்கள்.

நீதிக்கட்சியின் படுதோல்வியால், பலர் கட்சியை விட்டே வெளியேறினர். சென்னை ராஜதானியின் முதலமைச்சராக இராஜாஜி பதவியேற்றார்.

இராஜாஜி ஆங்கிலவழிப் படிப்பை மாற்றி மாநில மொழி வழிப்படிப்பைக் கொண்டு வந்தார். அதே நேரத்தில் இந்தியை ஆறு, ஏழு, எட்டு படிவங்களில் கட்டாயப் பாடமாக்கினார்.

இதனை ஈ.வெ.ரா., மறைமலையடிகள், சோமசுந்தர பாரதியார் போன்ற தலைவர்கள் கடுமையாக எதிர்த்தனர்.

எதிர்ப்பை எதிர்கொள்ள முடியாத இராஜாஜி, அனைத்துப் பள்ளிகளிலும் இந்தியைச் சொல்லித் தருவதற்குப் பதில் 125 பள்ளிகளில் மட்டும் கற்றுக்கொடுத்தால் போதும் என்று அறிவிப்புச் செய்தார்.

1937ம் ஆண்டு டிசம்பர் 26ஆம் தேதி திருச்சியில் சோமசுந்தர பாரதியார் தலைமையில் கூட்டப்பட்ட ''தமிழர் மாநாடு'', இந்தித் திணிப்பை எதிர்த்ததோடு தமிழ்நாட்டை தனி மாநிலமாகப் பிரிக்க வேண்டும் என்றது. கி.ஆ.பெ.விஸ்வநாதம், டி.பி.வேதாச்சலம் ஆகியோர் இதில் தீவிரமாய் நின்றனர்.

இம்மாநாட்டிற்குப் பின் தமிழ்நாடெங்கும் போராட்டம் வலுத்தது. ஈ.வெ.ரா. சி.என். அண்ணாத்துரை (அண்ணா), ஈழத்து அடிகள், கே.எம். பாலசுப்ரமணியன், டி.ஏ.வி.நாதன், நாயகம் போன்ற முக்கியத் தலைவர்களும், ஆயிரக்கணக்கில் ஆண்களும் பெண்களும் மறியலில் ஈடுபட்டனர்.

1938 டிசம்பர் 5,6 தேதிகளில் நீதிபதி மாதவராவ் முன் ஈ.வெ.ரா. மீதான வழக்கு விசாரணக்கு வந்தது. ஈ.வெ.ரா. வழக்கம்போல் எதிர் வழக்காட மறுத்தார். நீதிமன்றத்தில் அவர் ஒரு வாக்குமூலம் அளித்தார்.

''இந்தக் கோர்ட்டு காங்கிரஸ் மந்திரிசபை நிர்வாகத்துக்குக் கட்டுப்பட்டது. நீதிபதியாகிய தாங்களும் பார்ப்பன வகுப்பைச் சார்ந்தவர்கள்....இந்தி எதிர்ப்பு சம்பந்தமாய் மந்திரிகள் எடுத்துக் கொள்ளும் நடவடிக்கைகள் அடக்குமுறையே என்பது என் கருத்து. அடக்குமுறைக் காலத்தில் இம்மாதிரி கோர்ட்டுகளில் நியாயம் எதிர் பார்ப்பது பைத்தியக்காரத்தனம்'' என்று அந்த வாக்குமூலத்தில் ஈ.வெ.ரா. கூறியிருந்தார்.

நீதிபதி இவ்வழக்கின் தீர்ப்பில், ஈ.வெ.ரா.செய்த குற்றம் ஒவ்வொன்றுக்கும் ஒவ்வொரு ஆண்டு கடுங்காவல் தண்டனையும், ஒவ்வொரு ஆயிரம் ரூபாய் அபராதமும் அதைச் செலுத்தாவிடில் தனித்தனியாக ஆறுமாத தண்டனை என்று கூறினார்- தண்டனைகளை தனித்தனியாக அனுபவிக்க வேண்டும் என்றும் குறிப்பிட்டிருந்தார். அரசாங்கம் இத்தீர்ப்பினை வெறுங்காவல் தண்டனையாக மாற்றியது. ஈ.வெ.ரா.பெல்லாரி சிறையில் அடைக்கப்பட்டார்.

ஈ.வெ.ரா. சிறையில் இருந்தபோது, சென்னையில் 1938 டிசம்பர் 29,30 மற்றும் 31ம் தேதிகளில் நடந்த 14வது நீதிக்கட்சி மாநாட்டில், நீதிக்கட்சிக்கு உயிரூட்டி வலுப்படுத்த ஈ.வெ.ரா. போன்ற தலைவர்களால் தான் முடியும் என்று முடிவெடுத்து, நீதிக்கட்சித் தலைவர்கள் ஈ.வெ.ராவை நீதிக்கட்சித் தலைவராகத் தேர்ந்தெடுத்தனர்.

மாநாட்டு பந்தலுக்கு ஊர்வலமாக எடுத்து வரப்பட்ட ஈ.வெ.ராவின் உருவப்படம் நாற்காலியில் வைக்கப்பட்டது. இது வரலாற்றில் நிகழ்ந்த உணர்ச்சிகரமான நிகழ்வாகும்.

இரண்டாண்டுகள் ஈ.வெ.ராவிற்கு சிறைத்தண்டனை விதிக்கப் பட்டிருந்தாலும், 167 நாட்களில் உடல்நிலை காரணமாக 1939ஆம் ஆண்டு மே மாதம் 22ம் தேதி விடுதலை செய்யப்பட்டார். விடுதலையடைந்த ஈ.வெ.ராவிற்கு பெரும் வரவேற்பு அளிக்கப்பட்டது. அதனைத் தொடர்ந்து ஜூன் 7ந்தேதி இந்தி எதிர்ப்புப் போரில் கைதுசெய்யப்பட்ட அனைவரும் விடுதலை செய்யப்பட்டனர்..

14

" பெரியார்" பெயர் தந்த பெண்கள் மாநாடு

பெண்களுக்காக உழைத்தவர்களில் ஈ.வெ.ரா. தான் உலகிலேயே முதலிடம் பெற்றவர். அந்த அளவிற்கு யாரும் சிந்தித்ததும் இல்லை. போராடியதும் இல்லை. அவர் வாழ்ந்த இந்நாட்டில் இருந்தது போன்ற ஒரு கொடுமை வேறெந்த நாட்டிலும் இருந்ததும் இல்லை.

இவற்றை நன்குணர்ந்த பெண்கள் தங்களின் நன்றிப் பெருக்கால், 1938ம் ஆண்டு நவம்பர் மாதம் 13ம் தேதி சென்னை ஒற்றவாடைத் தியேட்டரில் தமிழ்நாட்டுப் பெண்கள் மாநாடு ஒன்றைக் கூட்டினர்.

மாநாட்டில் ஆயிரக்கணக்கான பெண்கள் கலந்து கொண்டனர். அரங்கைச் சுற்றிலும் ஆண்கள் திரண்டு நின்றனர். இந்த மாநாட்டிற்கு திருவரங்க நீலாம்பிகை என்ற நீலக்கண்ணி அம்மையார் தலைமை தாங்கினார்.

மறைந்த நாகம்மையாரின் படம் இம்மாநாட்டில் வைக்கப்பட்டது. இம்மாநாட்டில் நிறைவேற்றப்பட்ட தீர்மானங்களுள் முக்கியத் தீர்மானமாக ஈ.வெ.ரா.விற்கு 'பெரியார்' பட்டம் வழங்கும் தீர்மானம் இருந்தது.

இவர்தான் பெரியார்

''இந்தியாவில் இதுவரையும் தோன்றிய சீர்திருத்தத் தலைவர்கள் செய்ய இயலாமற்போன வேலைகளை இன்று நமது தலைவர் ஈ.வெ.இராமசாமி அவர்கள் செய்து வருவதாலும், தென்னாட்டில் அவருக்கு மேலாகவும், சமமாகவும் நினைப்பதற்கு வேறொருவர் இல்லாததாலும், அவர் பெயரை சொல்லிலும், எழுத்திலும் வழங்கும் போதெல்லாம் 'பெரியார்' என்ற சிறப்புப் பெயரையே வழங்குதல் வேண்டும் என்று இம்மாநாடு எல்லோரையும் கேட்டுக் கொள்கிறது'' என்ற அத்தீர்மானம் பலத்த கையொலிக்கிடையே, ஆரவாரத்திற்கிடையே ஒருமனதாக நிறைவேற்றப்பட்டது.

ஈ.வெ.ரா. அன்றுமுதல் 'பெரியார்' ஆனார். அவர் அப்பெயரைப் பயன்படுத்தாது தொடர்ந்து ஈ.வெ.ராமசாமி என்றே தன்னைக் குறிப்பிட்டு வந்தாலும் இந்த உலகம் அவரை ''பெரியார்'' என்று ஏற்று மகிழ்ந்ததோடு, எழுதவும் பேசவும் செய்தது.

அப்படி பெண்களுக்கு பெரியார் என்ன செய்தார்? சுமார் 600 பக்கங்களுக்கு மேல் அவர் பெண்களுக்காக கூறிய கருத்துக்களின் 'பிழிவை' பெரும் முயற்சிசெய்து பிழிந்து தந்துள்ளேன் 28 பக்கங்களில். படியுங்கள் அப்போது விளங்கும்.

பெண்ணுரிமை:

பெண்களும் ஆண்களும் உடல் அமைப்பாலன்றி மற்றபடி எவ்வகையிலும் ஏற்றத்தாழ்வு உடையவர்கள் அல்ல. என்றாலும் மதத்தின் பெயராலும், சாத்திரத்தின் பெயராலும் பெண்கள் அடிமைகளாகவும், இழிவானவர்களாகவும் எண்ணப்பட்டு, நடத்தப்படுகிறார்கள்.

மனிதகுலத்தில் இருக்கும் சாதிவேற்றுமைகளை ஒழிக்க நினைக்கின்ற சமூகச் சீர்திருத்தக்காரர்கள்கூட, மக்கட் தொகையில் சரிபாதியாக இருக்கின்ற பெண்களின் அழிவை, பாதிப்பை, தாழ்வை, அடிமைநிலையை கண்டு கொள்வதில்லை. ஆனால், சமூகச் சீர்திருத்தம் என்பது பெண்ணுரிமையையும் உள்ளடக்கியது தான் என்று பெரியார் தெளிவுபடக் கூறினார்.

பெண்களுக்கு இழைக்கப்படும் ஒவ்வொரு கொடுமையையும் கூர்மையாகச் சிந்தித்து, அதற்கான தீர்வையுங்கண்டு, அதைச் செயல் படுத்தி விடிவுகாண விடாமுயற்சியுடன் உழைத்தார்; வெற்றியுங்கண்டார்.

இளம் வயது திருமணம்:

ஒரு வயதிலும், இரண்டு வயதிலும் பெண்களுக்கு திருமணம் செய்கின்ற கொடுநிலை வழக்கிலிருந்தது. ஒரு சிறு பையனுக்கு 5 வயதுகூட நிரம்பாத, தாயிடம் பால் குடித்துக் கொண்டிருக்கும் ஒரு வயதுப் பெண்ணை

திருமணம் முடித்து வைப்பர். அச்சிறுபையன் ஏதாவது விபத்திலோ, நோயிலோ இறந்து விடுவானேயானால், அப்பச்சிளம் பெண் குழந்தை அதன் வாழ்நாள் முழுதும் மொட்டையடித்துக் கொண்டு முக்காடு போட்டுக் கொண்டு, தனித்து, ஒதுங்கி, சுவையற்றதையுண்டு, சுகம் அனைத்தையும் துறந்து வாழ வேண்டும். இதைவிட உலகில் பெரிய கொடுமை வேறொன்றும் இருக்க முடியாது.

ஆனால், இப்படிப்பட்ட இளம் வயது திருமணமுறை தான் உயர்ந்தது; அப்படித்தான் செய்ய வேண்டும், அதைத்தான் சரித்திரம் வற்புறுத்துகிறது என்று இன்றைக்குக் கூட சங்கராச்சாரிகள் கூறி வருகின்றார்.

இக்கொடுமையை எதிர்த்து பெரியார் அவர்கள் தனது முதற்கட்ட போராட்டத்தை நடத்தினார்.

ஆச்சாரம் மிகுந்த தனது குடும்பத்திலே இளம் வயது திருமணம் நடந்தமை கண்டு கொதித்தார். பெரியாரது தங்கை மகள் அம்மாயி என்ற பெண்ணுக்கு 10 வயதிலே திருமணம் செய்து வைக்கப்பட்டது. 13 வயது சிறுவனுக்கு அவள் மணம் முடிக்கப்பட்டாள்.

ஆனால், திருமணமான 60ம் நாள் அச்சிறுவன் இறந்து போக, 10வயது அம்மாயி விதவையானாள். ஆம். அக்குழந்தையின் வாழ்வு அத்தோடு முடிந்துவிட்டது. அவள் ஆயுள் முழுவதும் விதவையாகவே வாழவேண்டும். இதுதான் அன்றைய பெண்களின் நிலை!.

அந்த 10 வயது சிறுமி தாய்மாமனான தந்தை பெரியாரிடம் ஓடிவந்து,

''மாமா! எனக்கு கலியாணம் செய்து வை என்று நான் உன்னைக் கேட்டேனா? இப்படி என்தலையில் கல்லைப் போட்டாயே!'' என்று 'ஓ' வென்று அலறிய சத்தத்தோடு, பெரியாரின் காலடியில் படீர் என்று விழுந்தது. பெரியாரும் தாரை தாரையாய் கண்ணீர் வடித்தபடி அச்சிறுமியை கையைப் பிடித்து தூக்கினார். தூக்கும் போதே முடிவிற்கு வந்தார். கொடுமையுள் சிக்குண்டு குலைந்து கிடக்கும் பெண்ணினத்தையே தூக்கிவிட வேண்டும் என்று.

இளம் வயது திருமணத்தால் பாதிக்கப்பட்ட பெண்களின் கொடுமையைப் பட்டியலிட்டு பதைபதைக்கிறார் தந்தை பெரியார். பட்டியலைப் பாருங்கள்! பச்சிளங் குழந்தைகளை பாழும் சாத்திரங்களைக் காட்டி எப்படி பாழடித்திருக்கிறார்கள் என்பது பட்டவர்த்தனமாக விளங்கும்.

1921ம்ஆண்டு கணக்கீட்டின்படி,

1 வயதில் விதவையான பெண்கள் 597

1 முதல் 2 வயதுள்ள விதவைகள் ...494

2 முதல் 3 வயதுள்ள விதவைகள்...1,257.

3 முதல் 4 வயதுள்ள விதவைகள்....2,837

4 முதல் 5 வயதுள்ள விதவைகள்...6,707.

ஆக 1 முதல் 5 வயது வரை விதவைகள் 11,892.

5 முதல் 10 வயதுள்ள விதவைகள்....85,037.

10 முதல் 15 வயதுள்ள விதவைகள் 2,32,147.

ஆக, பருவம் அடைவதற்கு முன்னமே, சங்கராச்சாரியார் போன்ற இந்துமதவாதிகளால் விதவையாக்கப்பட்ட பெண்கள்- 1921ஆம் ஆண்டின் கணக்குப்படி 3 லட்சத்து 29 ஆயிரத்து 76 பேர்.

இப்படிப்பட்ட கொடுமைக்கு வித்திடும் இந்து மதம் ஒரு மதமா? இப்படிப்பட்ட கொடுமையைச் செய்யச் சொல்லும் இந்துமத சாத்திரங்கள் எவ்வளவு கொடுமையானவை! கொதித்தெழுந்தார் பெரியார்.

ஆணுக்கும் பெண்ணுக்கும் மருத்துவரீதியான உடல் முதிர்ச்சியும் அறிவில் முதிர்ச்சியும் வந்தபின்னர் அவரவர் விருப்பத்திற்கு ஏற்பவே திருமணம் நடைபெற வேண்டும் என்று வற்புறுத்தி, அதற்கு அரசு சட்டம் செய்யப் போராடி வெற்றியும் பெற்றார். குறைந்தபட்ச திருமண வயது ஆணுக்கும் பெண்ணுக்கும் நிர்ணயிக்கப்பட்டது.

ஆனால், இந்த வெற்றியைப் பெரியார் அவர்கள் எளிதில் பெற்றுவிடவில்லை. செல்வாக்குமிக்க இந்துமதத்தலைவர் களுடன் தளராது போராடி படிப்படியாகவே வெற்றிகண்டார்.

இந்துமத வர்ணாச்சிரமப் பிரதிநிதியாக விளங்கிய திரு.எம்.கே. ஆச்சாரியார், ''பால்ய விவாகம் (இளம் வயது திருமணம்) இல்லா விட்டால் கற்பு நிலைக்காது; பெண்கள் நடத்தை கேவலமாகிவிடும்; வாழ்க்கையில் உண்மையான ஒழுக்கம் ஏற்படாது'' என்று கூக்குரலிட்டார்.

''பாலிய விவாகம் இல்லாவிட்டால் பெண்கள் கற்பு கெட்டுப் போகும் என்று சொல்வதும், வாழ்க்கையில் துன்பம் ஏற்படும் என்பதும் மனந்துணிந்து சொல்லும் அயோக்கியத் தனமான வார்த்தைகளாகும். பெண்களைச் சிந்திக்கவிடாமல் அவர்கள் வாழ்நாள் முழுவதும் அவர்களை அடிமையாக வைத்திருப்பதற்கான ஓர் ஏற்பாடுதான் இளம் வயது திருமணம். அவளுக்கு விவரந் தெரியாத காலத்திலே ஒருவனுக்கு அடிமையாக்கி

விட்டால் ஆயுள் முழுக்க அவள் ஆணுக்கு அடிமைப்பட்டுக் கிடப்பாள் என்பதற்கான ஒரு உபாயம்தான் இதுவே தவிர, இதில் நன்மை சிறிதும் இல்லை. ஆனால், இம்முறையால் பெண்களுக்கு ஏற்படும் கொடுமையும் துன்பமும் ஏராளம். மனிதநேயமுள்ள யாரும் இக்காட்டு மிராண்டிச் செயலை ஏற்க முடியாது" என்று துணிவுடன் தனது வாதங்களை வைத்த பெரியார் வாகையும் சூடினார்.

14 வயதுக்குக் கீழ்ப்பட்ட பெண்களுக்கும் 18 வயதுக்கு கீழ்ப்பட்ட ஆண்களுக்கும் திருமணம் செய்யக்கூடாது. செய்தால் தண்டனை என்று உறுதி செய்யும் சாரதா சட்டம் கொண்டுவரப் பட்டது. இந்த அடிப்படை வெற்றியின்மீது நாம் பெற்றுள்ள பரிணாம வளர்ச்சிதான் இன்றைக்கு நாம் பெற்றுள்ள குறைந்தபட்ச திருமண வயதுச் சட்டம்.

பெண்ணுக்கு குறைந்தபட்ச திருமண வயது 21 என்று இன்று ஆட்டோக்களில்கூட எழுதும் மனப்பக்குவம் வருமளவிற்கு மகத்தான தொண்டாற்றியவர் தந்தை பெரியார் அவர்கள்.

விதவைத் திருமணம்:

ஆணுக்குள்ள உணர்வுகள் அனைத்தும் பெண்ணுக்கும் உண்டென்னும் போது, கணவனை இழந்த பெண் கால மெல்லாம் கைம்பெண்ணாகவே வாழவேண்டும் என்பது என்ன நியாயம். அறுபது எழுபது வயது கிழவன்கூட மறுமணம் செய்து கொள்ளும் போது, கணவனை இழந்த இளம் பெண் மறுமணம் செய்து கொள்வதில் தவறென்ன? மனிதநேயத்தோடு சிந்தித்தார் தந்தை பெரியார். விதவைகள் மறுமணம் அவசியம் என்ற முடிவிற்கு வந்தார்.

விதவை மறுமணத்தை முதலில் தன் வீட்டிலேயே தொடங்கினார். நான் முன்னர் குறிப்பிட்ட பெரியாரின் தங்கை மகள், 10 வயதிலேயே விதவையான அம்மாயிக்கு மறுமணம் செய்ய முடிவு செய்தார்.

தந்தை பெரியார் கர்நாடக பலிஜவார் வகுப்பைச் சேர்ந்தவர். அவர்கள் குடும்பத்தில் பெண்கள் முக்காடு போட்டுக் கொள்ளும் பழக்கம் உடையவர்கள். விதவை திருமணத்தை அறவே மறுக்கக்கூடியவர்கள். வைணவப் பற்றுள்ள அளவிற்கு அதிகமான ஆச்சாரமுடைய குடும்பம் அய்யாவின் குடும்பம்.

அப்படிப்பட்ட ஒரு குடும்பத்தில், அதுவும் அக்காலத்தில் விதவை மறுமணம் என்பது நினைத்துக்கூட பார்க்கமுடியாத ஒன்று. என்றாலும் அய்யாவின் மனித நேயம் வீறுகொள்ளச் செய்தது. தடைகளைத் தகர்த்தார்.

10 வயதில் விதவையான அம்மாயி அதன்பின்தான் பருவமே அடைந்தாள். பருவமடைந்த பின் ஒரு வருடங்கழித்து, பெற்றோரின் எதிர்ப்பையெல்லாம் முறியடித்து அம்மாயிக்கு மறுமணம் முடித்து வைத்தார்.

"உலக இன்பத்தை நுகர்ந்து அலுத்துப் போயிருக்கும் பழுத்த கிழவனாயினும், தன் மனைவியார் இறந்து விட்டவுடன் மறுமணம் புரிய முயலுகிறான். அதுவும் வனப்பு மிகுந்த எழில் பொருந்திய இளம் பெண்களையே தன் மணத்திற்குத் தேர்ந்தெடுக்கின்றான். ஆயினும், ஒரு இளம்பெண் தன் கணவனை இழந்து விட்டால், அவள் உலக இன்பத்தையே சுவைத்தறியாதவளாய் இருப்பினும் தன் ஆயுள் காலம் முற்றும் அந்தோ! தன் இயற்கை கட்புலனை இறுக மூட, மனம் நொந்து, வருந்தி மடிய நிபந்தனை ஏற்பட்டுவிடுகிறது. என்னே அநியாயம்!" என்று கேட்ட தந்தை பெரியார் அவர்கள்,

"மனைவியை இழந்த ஆண், திருமணம் செய்து கொள்ளலாமா? வேண்டாமா? என்பதைப்பற்றி எந்தப் பெண்ணாவது கருத்துச் சொல்ல - விருப்பங்கூற - வருகிறாளா? அப்படியிருக்க, கணவனை இழந்த பெண் திருமணம் செய்து கொள்ளலாமா? வேண்டாமா? என்பதைப் பற்றி விருப்பங்கூற ஆணுக்கு என்ன உரிமையுள்ளது?"

"விதவைத் திருமணம் மறுக்கப்படுவதால், கள்ள வழியில் விதவைகள் கர்ப்பம் அடைவதும், பின் அதை அழிப்பதும், பிள்ளை பெற்றபின் அதைக் கொல்வதும், பெற்றோருக்குத் தெரியாமல் விரும்புகின்ற வனோடு ஓடுவதும், விபச்சாரிகளாக மாறுவதும் நிகழ்கிறது. வாழ நினைக்கின்ற ஒருத்தியை விதவையாக்கி விடுவது எவ்வகையில் நியாயம்?

சாத்திரம் ஒத்துக் கொள்கிறதா? ஜாதி வழக்கம் அனுமதிக்கிறதா? என்று பார்க்கும் மூடமனிதர்களே! சாஸ்திரத்தில் இடம் இருந்தால் என்ன? ஜாதி வழக்கம் இருந்தால் என்ன? இல்லாவிட்டால் என்ன? கணவனை இழந்த பெண்ணுக்கு மறுமண ஆசை இருக்கிறதா இல்லையா? அவளுக்கு கணவன் ஆசை இருக்காதா? அவளுக்கு ஆண் சுகமும் ஆண் துணையும் வேண்டாமா? இதைத்தானே சிந்தித்துப் பார்க்க வேண்டும்!" என்றும் கொதித்தெழுந்து கேட்டார்.

"ஒரு பெண் ஏன் விதவையாய் இருக்கவேண்டும்? இது வரை யாராவது காரணம் சொன்னார்களா? அல்லது எந்த மதமாவது எந்த ஜாதியாவது காரணம் சொல்லியிருக்கிறதா? காரணமில்லாமல், இக்கொடு மையான ஜீவஹிம்சையை செய்து கொண்டிருப்பது வடிகட்டிய முட்டாள் தனமல்லவா?" தந்தை பெரியார் சாடினார்; விதவைக்கு விடிவு தேடினார்.

"குழந்தையில்லையென்பதற்காகவும், ஆண் குழந்தை வேண்டும் என்பதற்காகவும் ஒரு கிழவன்கூட மறுமணம் செய்து கொள்ளலாம். ஆனால், இளம் வயதிலே கணவனை இழந்த பெண் மறுமணம் செய்து கொள்ளக் கூடாதா?" நுட்பமாக வினா எழுப்பிய பெரியார்.

"கணவனை இழந்தவளை எப்படி விதவை என்று அழைக்கின்றோமோ அவ்வாறே மனைவியை இழந்தவனை விதவன் என்று அழைக்க வேண்டும். மேலை நாடுகளில் 'விடோ', 'விடோயர்' என்ற வார்த்தைகள் இருக்கின்றன அல்லவா?" அர்த்தமாகவும் ஆழமாகவும் கேட்டார் அய்யா!.

இப்படியெல்லாம் அய்யா கேட்ட காலம் எது தெரியுமா? 1929-30. அய்யா எப்படிப்பட்ட தொலை நோக்காளர் பாருங்கள். அதுமட்டுமல்ல அக்காலத்திலே இப்படியெல்லாம் கேட்டார் என்றால் எப்படிப்பட்ட துணிச்சல்காரர் பாருங்கள்!

கற்பு:

"கற்பு என்பதற்கு அழிவின்மை, உறுதிப்பாடு என்ற பொருளே காணப்படுவதால், இது பெண்களுக்கு மட்டுமே உரியது என்று கூற முடியாது."

"ஆனால், ஆரிய பாஷையில் (சமஸ்கிருதம்) பார்க்கும் போது மட்டுமே கற்பு என்பதற்கு பதிவிரதை என்று பொருள் கொள்ளப்படுகிறது. இந்த இடத்தில் தான் (இம்மொழியில்) கற்பு என்பதற்கு 'அடிமை' என்ற கருத்து நுழைக்கப்படுகிறது. அதாவது பதியை (கணவனை) கடவுளாகக் கொண்டவள், பதிக்கு அடிமையானவள், பதியைத் தவிர வேறு யாரையும் நினையாதவள் என்று பொருள்படுவதுடன், பதி என்ற வார்த்தைக்கு அதிகாரி, எஜமான், தலைவன் என்ற பொருள் இருப்பதால் அடிமைத் தன்மையையே 'பதிவிரதை' என்ற வார்த்தை புலப்படுத்துகிறது."

"காமத்தையும் அன்பையும் குறிக்கும்போது தலைவன் தலைவி, நாயகன் நாயகி என்று கூறுபவர்கள், கற்பு என்று வரும்போது பதிவிரதை என்ற வார்த்தையை மட்டும் கூறி, பெண், பதி என்ற எஜமானனைக் கடவுளாகக் கொள்ளவேண்டும் என்பது எப்படி நியாயம்?"

"உண்மையாகப் பெண்கள் விடுதலை வேண்டுமானால், பெண்ணுக்கொரு நீதி, ஆணுக்கொரு நீதி என்ற நிலையை ஒழித்து, இருபாலாருக்கும் ஒரே நிலையுடைய கற்பு முறை ஏற்படுத்தப்பட வேண்டும்."

"கற்புக்காக கணவனின் மிருகச் செயலைப் பொறுத்துக் கொண்டிருக்க வேண்டும் என்கின்ற கொடுமையான சட்டங்கள், மதங்கள் மாயவேண்டும்."

"கற்புக்காக மனத்துள் தோன்றும் உண்மை அன்பை-காதலை மறைத்துக் கொண்டு, காதலும் அன்பும் இல்லாதவனுடன் வாழவேண்டும் என்கின்ற சமூகக் கொடுமையும் அழிய வேண்டும்."

"இக்கொடுமைகள் நீங்கின இடத்தில் மாத்திரமே மக்களிடையே உண்மையான கற்பை, இயற்கையான கற்பை, சுதந்திரக் கற்பைக் காணலாமே ஒழிய, நிர்ப்பந்தங்களாலும் - கட்டாயத்தாலும்-ஒரு பிறப்பிற்கு ஒரு நீதியாலும், வலிமையுள்ளவர் வலிமையற்றவர்மீது திணிப்பதாலும், அடிமைக் கற்பையும், கட்டாயக் கற்பையும் தான் காணலாம். மேலும், இதுபோல ஒருதலைப் பட்சமாய் பெண்ணின்மீது மட்டும் வலிய திணிக்கும் கற்புமுறை சமுதாயக் கொடுமையேயன்றி வேறில்லை" என்று கற்பு குறித்து நடுநிலையிலான, நியாயமான கருத்துக் கூறும் தந்தை பெரியார் அவர்கள்,

"தனக்கு விருப்பமுள்ளவருடன் இணங்கியிருப்பதே உண்மைக் கற்பு."

"ஊராருக்கோ, சாமிக்கோ, நரகத்திற்கோ, அடிக்கோ, உதைக்கோ, பணத்திற்கோ பயந்து மனதிற்கு விருப்பமில்லாதவருடன் விருப்பமின்றி இணங்கி வாழ்தல் போலிக் கற்பு" என்று வரையறை கூறுகிறார்.

காதல்:

"எப்படி ஒரு மனிதன் ஒரு பொருளைப் பார்த்த மாத்திரத்தில், கேட்ட மாத்திரத்தில், தெரிந்த மாத்திரத்தில் அந்தப் பொருள் தனக்கு இருக்க வேண்டும் என்று ஆசைப்படுகின்றானோ அதுபோலத்தான் இந்தக் காதல் என்பது ஏற்படுகிறதே தவிர மற்றபடி வேறில்லை."

"எப்படிப்பட்ட காதலும் ஒரு சுய லட்சியத்தை அதாவது தனது விருப்பத்தை-திருப்தியைக் கோரித்தான் ஏற்படுகின்றதே தவிர வேறில்லை" என்று போலித்தனமில்லாத உண்மையான விளக்கத்தை பெரியார் அவர்கள் கூறினார்கள்.

"காதல் என்பது ஆசை, காமம், நேசம், மோகம், நட்பு என்பவை களைவிட சிறிதுகூட சிறந்தது அல்ல."

"உண்மையான காதலர்களானால் இப்படியெல்லாம் இருப்பார்கள் என்று சொல்லிவிட்டால் அல்லது இலக்கணம் வகுத்து விட்டால், அதுபோலவே நடந்து காதலர்கள் தங்கள் காதலைக் காட்டிக் கொள்கின்றார்கள். இதற்காகவே அவர்கள் இல்லாத வேஷத்தையெல்லாம் போடுகிறார்கள்" என்று காதல் என்பதெல்லாம் போலித்தனமானவையே என்பதையும், அது ஒரு காரணம் பற்றியதுதான் என்பதையும் மிகத் துல்லியமாக அய்யா அவர்கள் கூறினார்கள்.

''ஆணும் பெண்ணும் எந்தக் காலத்திலும் பிரியாமல் இருக்க வேண்டும் என்பது எதற்காக? இருவரின் இன்பத்திற்கும் மனத்திருப்திக் காகவும்தான். அந்தக் கூட்டு வாழ்வே இன்பமும் திருப்தியும் இல்லா விடத்தும் பிரியாமலே காதலைப் பெருக்கிக் கொண்டிருக்க வேண்டும் என்பது துன்ப வாழ்வேயன்றி இன்ப வாழ்வாக அமையாது.''

''பிரியவே கூடாது என்கிற கருத்துதான் உலகத்தில் ஆண் பெண் இன்ப வாழ்வை பாழ்படுத்தி வெறும் நிர்ப்பந்த சடங்கு வாழ்வில் கொண்டுவந்து விட்டுவிட்டது. என்னைப் பொறுத்தவரை காதல் என்பதே பொருளற்ற வார்த்தை என்பேன். அதற்கு ஏதாவது பொருள் இருக்கிறது என்றால் ஆசை அல்லது தேவை என்பதைத் தவிர வேறு அல்ல என்பேன். அந்த ஆசையும் தேவையும் வியாபாரம் போல் லாபத்தை-நலத்தைப் பொறுத்ததே தவிர அதில் தெய்வீகமோ அற்புதமோ எதுவும் கிடையாது''.

''லாபம் உள்ள இடத்தில்தான் ஆசை அல்லது காதலும் தேவையும் அதிகம் இருக்கும். சிலருக்கு ஆண் குழந்தை இறந்து போனால் துக்கம் அதிகமாக இருக்கும், பெண் குழந்தை இறந்து போனால் அவ்வளவு இருப்பதில்லை. வாலிபமும் வருவாயுமுள்ள தகப்பன் இறந்து போனால் பிள்ளைகளுக்கு இருக்கும் வருத்தம், வருவாய் அற்ற வயோதிகக் காலத்தில் இறந்தால் இருப்பதில்லை.

அதேபோல் தனது உடற்பசியை தீர்க்கவல்ல சக்திமிகுந்த ஆண் என்று எண்ணி காதலித்தவள் அவன் அதற்குத் தகுதியற்றவன் என்று தெரிந்ததும் வெறுக்கின்றாள். ஆக, காதல் என்பது பலனை எதிர்பார்த்ததே யன்றி வேறில்லை'' என்கிறார் பெரியார்.

கொள்கையாலும், திறமையாலும், இனிய சுபாவத்தாலும் கவரப் பட்டு கொள்ளப்படும் காதல்கூட பயன்கருதியதே! காரணம், அவை இல்லையென்று அறிந்ததும் அல்லது குறைகிறது என்று உணர்ந்ததும் காதலும் குறைகிறது. ஆக, காதல் என்பது எவ்வகையிலேனும் ஒருபயன் பற்றியதே. எனவே, அது பிரிக்க முடியாதது, ஒருவரிடத்திலே செலுத்த வேண்டியது என்று குரங்குப் பிடியாகக் கொள்ளவேண்டியது அல்ல, நிறைவான வாழ்விற்கேற்ப ஏற்படுத்திக் கொள்ள வேண்டியது,'' என்ற உயர்வான நோக்கிலே மேற்கண்டவாறு காதலுக்குப் பெரியார் விளக்கம் தந்தார்கள்.

விவாகரத்து [மணமுறிவு]:

''ஆண்களைப் போலவே பெண்களுக்கும் சரிசமமான ஒழுக்க முறைகளை ஏற்படுத்த வேண்டும் என்பது எவ்வளவு முக்கியமோ அதே

போல், திருமணமான பெண்கள் தகுந்த காரணமிருப்பின் தங்களின் விருப்பமான நேரத்தில் தங்கள் திருமணத்தை ரத்துசெய்து கொள்ளவும் உரிமை வேண்டும்.''

''விவாகரத்து சட்டமானால் உடனே எல்லாப் பெண்களும் தங்கள் கணவனை விட்டு ஓடிப் போவார்கள் என்றும், கற்பு நிலை அடியோடு கெட்டுப்போய் விடும் என்றும் பலர் எண்ணிக் கொண்டிருக்கிறார்கள்.

பாதுகாப்பிற்கும் அவசியத்திற்கும் ஒரு சட்டம் செய்தால் ஜனங்கள் எல்லோரும் அதே வேலையாய் இருப்பார்கள் என்பது சரியல்ல. அவசியமான சூழல்களில் மட்டும்தான் மக்கள் அதைக் கையாளுவார்கள். காரணம், அதனால் ஏற்படும் விளைவுகளை அவர்களே அனுபவிக்க வேண்டும் என்பது அவர்களுக்கு நன்கு தெரியும். ஆகவே, விவாகரத்தினால் கெடுதல் வந்துவிடும் என்று சிலர் நினைத்துக் கொண்டிருப்பது அவர்களின் சுயநலத்தினால் ஏற்படக்கூடிய அச்சமேயாகும்.

விவாகரத்து சட்டமாவது பெண்கள் சமுதாயத்திற்கு ஒரு இன்றியமையாத பாதுகாப்பு ஏற்பாடு என்பதே என்கருத்து. புருஷனுக்கும் மனைவிக்கும் பரஸ்பர அன்பும் சமவாழ்வு ஏற்பட வேண்டுமானால் இருவருக்கும் தனித்தனியாக உரிமையிருந்தால்தான் முடியும்.

இந்திய சமுதாயத்தில் மண வாழ்வானது பலவழிகளிலும் பெண்களுக்கு பாதகமான முறையிலேதான் நடைபெற்று வருகின்றது'' என்று தனது வாதங்களைக் கூறும் பெரியார், இவற்றிலிருந்து பெண்ணினம் தப்பிப் பிழைக்க விவாகரத்து உரிமை அவசியம் என்று வலியுறுத்துகிறார்.

''ஒருவன் ஒருத்திக்கு மேல் வேறொருத்தியையோ அல்லது ஒருத்தி ஒருவனுக்குப் பதில் இன்னொருவனையோ திருமணம் செய்து கொள்ளக்கூடாது என்பவர்களைப் பார்த்து நான் ஒன்று கேட்கிறேன், திருமணம் என்பது மனிதன் இன்பத்திற்கும் திருப்திக்குமா? அல்லது சடங்குக்காகவா?'' என்று கேட்கும் பெரியார்,

ஒத்துப் போகாமலும் உடலுறவிற்கு உதவாமலும் உள்ள ஒரு பெண் ஒருவனுக்கு மனைவியாக அமைந்து விட்டாள்; அதேபோல் ஒரு பெண்ணுக்கு பொருத்தமற்ற தகுதியற்ற சக்தியற்ற ஒரு கணவன் அமைந்து விட்டான் என்றால் அந்தப் பெண்ணிற்கும், அந்த ஆணிற்கும் விவாகரத்தும், மறுமண வாய்ப்பும் இல்லை யென்றால் அவர்கள் வாழ்வு என்னாவது? என்ற அறிவுப் பூர்வ மான வினாவை எழுப்பி இச்சமுதாயத்திற்கு விழிப்பு உண்டாக்கினார்.

"மனிதன் இருக்கும்வரை அனுபவிக்க வேண்டியது இன்பமும் திருப்தியும்தான். இதற்கு ஆணுக்கு பெண்ணும் பெண்ணுக்கு ஆணும் முக்கிய சாதனம். அப்படிப்பட்ட சாதனத்தில் பிரியக்கூடாத இடையூறு இருக்குமானால் அதை முதலில் களைந்தெறிய வேண்டியது அவசியம். ஏதோ திருமணம் என்பதாக செய்துகொண்டோமே - செய்தாகிவிட்டதே எப்படியிருந்தாலும் சகித்துக்கொண்டுதானே இருக்க வேண்டும் என்று எண்ணி, துன்பத்தையும் அதிருப்தியையும் அனுபவித்துக் கொண்டிருப்பதும் அனுபவித்துக் கொண்டிருக்கச் செய்வதும் மனிதத்தன்மையும், சுயமரியாதையும் அற்ற தன்மையே யாகும்" என்று விவாகரத்து என்னும் உரிமை ஆண் பெண் இருவருக்கும் வேண்டும், அதிலும் பெண்ணுக்கு அவசியம் வேண்டும் என்பதைப் பெரியார் வலியுறுத்தினார்.

சொத்துரிமை:

"இயற்கையிலே பெண்கள் பலவீனர்களாயும், ஆண்களுடைய பாதுகாப்பிலும் பராமரிப்பிலும் வாழ வேண்டியவர்கள் என்ற கருத்தும் அடியோடு மாறியாக வேண்டும்."

"பெண்களின் சுதந்திரத்திற்குத் தேவையான சொத்துரிமை இல்லாததோடு, தங்களின் அடிமையுணர்ச்சியும் பயமும் காரணமாய் இருப்பதால் இவை அடியோடு ஒழியும்படி செய்வதே பெண் விடுதலைக்கு உதவும்."

"ஆண்களைப் போலவே பெண்களும் சொத்துரிமை பெறுவதில் முதலில் பெண்கள் தங்கள் கிளர்ச்சியைத் தொடங்க வேண்டும். பெண்களுக்குச் சொத்துரிமையிருந்துவிட்டால், அவர்களுக்கு இருக்கும் எல்லா இடர்ப் பாடுகளும் கொடுமைகளும் நீங்கிவிடும். பெண்களுக்குச் சொத்துரிமை வழங்கப்படக் கூடாது என்பதற்கு இதுவரை யாரும் நியாயமான காரணம் கூறவில்லை."

"பெண்ணடிமை என்பதற்கு உள்ள காரணங்கள் பலவற்றில் சொத்துரிமை இல்லாதது என்பதே மிகவும் முக்கியமான காரணம். ஆகவே பெண்கள் தாராளமாகவும், துணிவுடனும் முன்வந்து சொத்துரிமை பெறகிளர்ச்சி செய்ய வேண்டியது மிகவும் அவசியமும் அவசரமும் ஆகும்."

"பெண்ணின் பெற்றோர் தங்கள் சொத்தில் ஒரு பாகம் ஆண் களைப் போலவே பெண்ணிற்கு கொடுக்க வேண்டும். சொத்து உரிமையுண்டு, தொழில் உரிமையுண்டு என்று வந்துவிட்டால், பெண்களும் சுயமரியாதையுள்ளவர் களாக ஆவார்கள்" என்கிறார் பெரியார்.

பெண் கல்வி:

''பெண்களுக்கு கும்மியும், கோலாட்டமும் கற்றுத்தருவதை ஒழித்துவிட்டு; ஓடவும், குதிக்கவும், தாண்டவும், கைக்குத்து, குஸ்தி முதலியவற்றைச் சொல்லிக் கொடுத்து ஒரு ஆண் பிள்ளைக்கு உள்ள பலம், தைரியம், உணர்ச்சி ஆகியவைகள் பெண்களுக்கும் உண்டாகும் படியாகச் செய்ய வேண்டும்.''

''ஆண்களுடன் பெண்கள் நெருங்கிப் பழகவும், சேர்ந்து படிக்கவும் இடம் கொடுத்துவிட்டால், கண்டிப்பாய் இன்றைய தினம் பெண்களுக்கு உள்ளது போன்ற அடிமை நிலை, அடுப்பூதும் நிலை, குழந்தை வளர்ப்பு,கும்மி, கோலாட்டம்தான் ஏற்றது என்ற நிலை பறந்தோடிப் போய்விடும்.

ஆண்களுக்கு ஏற்ற கலை வேறு, பெண்களுக்கு ஏற்ற கலை வேறு என்று சொல்லும் புத்தியை அறவே ஒழிக்க வேண்டும்.

ஆண்கள் படிக்காவிட்டாலும் கூட முதலில் பெண்களைப் படிக்க வைக்க வேண்டும். பெண்கள் படித்து விட்டால் ஆண்கள் ஒழுக்க சீலர்களாக இருப்பார்கள். ஆண்கள் இவ்வளவு அயோக்கியர்களாக இருப்பதற்குக் காரணம் பெண்கள் படித்து அறிவு பெறாமலிருப்பதுதான்'' என்று பெண் கல்வியின் அவசியத்தை வலியுறுத்தும் பெரியார்,

''பெண்கள் யாவரும் படிக்க வேண்டும். அரசாங்கத்தின் உத்தியோகங்கள் பெரும்பாலும் இனி பெண்களுக்கே வழங்கப் படுமாதலால் அவர்கள் படித்துத் தயாராய் இருக்க வேண்டும். படித்த பெண்களையே ஆண்கள் மணக்க விரும்புவதாலும் பெண்கள் அவசியம் படிக்க வேண்டும்.

வேலை வாய்ப்பு:

''இரஷ்யாவில் பெண் போலீஸ் மிகத் திறமையாக வேலை செய்கிறது. ரஷ்யப் பெண்கள் விமானம் ஓட்டுவதிலும், விமானத் திலிருந்து பாராசூட் மூலம் குதிப்பதிலும் வல்லுநர் என்று பெயர் பெற்றிருக்கின்றனர்.

இந்தியப் பெண்கள் இவர்களைப் பின்பற்றினால் ஒழிய, இவர்கள் என்னதான் கல்வி கற்றாலும், எவ்வளவு சொத்துரிமை பெற்றாலும், வெறும் நகை பீரோவாகவும், உடை ஸ்டாண்டாகவும்தான் இருப்பார்கள். பெண்கள் உலகில் தலைகீழான புரட்சி ஏற்படக் கூடிய முறைகள் நமக்குத் தேவை. அதுவரையில் திரௌபதையைப் பற்றியும் சீதையைப் பற்றியும் பேசியும் எழுதியும் வருகின்ற போக்குதான் நீடிக்கும். ''பெரேவிஸ்காயா'' போன்ற ரஷ்ய வீரப் பெண்கள் நம்நாட்டில் தோன்றவே முடியாது. நளாயினி போன்ற தன்மானமற்ற அடிமைகள்தான் தோன்ற முடியும்.

பெண்கள் உண்மையான மனிதப் பிறவிகளாக நடமாட வேண்டும் என்றால் மூன்று காரியங்கள் உடனே செய்யப்பட வேண்டும். முதலில் அடுப்பங்கரையை விட்டு அவர்கள் வெளியே வரவேண்டும். இரண்டாவதாக நகைப்பற்றை அவர்களிடமிருந்து விரட்ட வேண்டும். மூன்றாவதாக தற்போதுள்ள திருமண சிக்கல்களைத் தகர்க்க வேண்டும்.

இவ்வளவிற்கும் அடிப்படையாய் இருப்பவை கல்வியும் சொத்துரிமையும். இவ்விரண்டையும் பெற்ற பெண்கள் அவர்களுக்கு விருப்பமான வேலையை ஏற்கத் தடையில்லாமல் செய்யவேண்டும். இந்த உதவியைத்தான் இங்குள்ள ஆட்சியாளர்கள் செய்ய வேண்டும்.

பெண்கள் எந்த வேலைக்காவது தகுதியற்றவர்கள் என்று கூறப்படுவதை உலக அனுபவமுடைய எவரும் ஒப்புக்கொள்ள மாட்டார்கள். வாய்ப்பு இருக்குமேயானால் எந்தப் பதவியையும் ஏற்பார்கள் என்பதற்கு உலகச் சான்றுகள் இருக்கின்றன. நம் கண்முன்னே பல சான்றுகள் காணலாம்.

பெண்கள் பதவிகளில் அமர்ந்து விடுவார்களேயானால் மேற்குறிப்பிட்ட மூன்றும் தாமே படிப்படியாக நிறைவேறிவிடும்.

ஆயுள் முழுவதும் ஒரு இனம் அடுப்பங்கரையிலேயே கிடந்துமடிய வேண்டும் என்பது வர்ணாச்ரம தர்மத்திலும் பல மடங்கு மோசமானது.

கல்வியும், உத்தியோகமும், சொத்துரிமையும் பெற்ற பெண்களில் நூற்றுக்கு ஒருவர்கூட அடுப்படியில் வேலை ஏற்க மாட்டார்கள் என்பது உறுதி.

அப்படியென்றால் சாப்பாடு? என்று சிலர் கேட்பர். செருப்புத் தைப்பதற்கென்று ஒரு சாதியில்லாவிட்டால் என் கிழிந்த செருப்பை யார் தைப்பது? என்பதைப் போன்றதுதான் இக்கேள்வி" என்று சூடாகப் பதில் கொடுத்தார் பெரியார்.

ஆயிரக்கணக்கானவர்களுக்கு சமைக்கும்போது ஆண்கள் தானே சமைக்கின்றனர். வீட்டில் மட்டும் என்ன பெண்தான் சமைக்க வேண்டும் என்ற ஒதுக்கீடு? என்ற உட்பொருளில் பெரியார் அவர்கள் கேட்டார்கள்.

"பெண்களுக்கு எல்லாவிதமான வேலையும் கிடைக்கும் படியாக அரசாங்க விதிகளைத் திருத்த வேண்டும். அதிலும் பார்ப்பனப் பெண்களே எல்லா உத்தியோகங்களையும் கைப்பற்றி விடாதபடி சமுதாய விகிதாச்சாரப்படி உத்தியோகங்களை வழங்கவேண்டியது

அவசியம்" என்று மிகத் தொலை நோக்கோடு வலியுறுத்தினார். இன்றைக்கு அவரது கோரிக்கை நூற்றுக்கு நூறு ஏற்புடையதாக இருப்பது வியப்பிற்குரியதாகும்.

"ஒவ்வொரு பெண்ணும் தானும் ஏதாவது சம்பாதிக்கும் தகுதிக்குத் தக்கபடி ஒரு தொழில் கற்றிருக்க வேண்டும். குறைந்தது தன் வயிற்றுக்குப் போதுமான அளவிற்காவது சம்பாதிக்கத் திறமையிருந்தால் எந்தக் கணவனும் அடிமையாய் நடத்த மாட்டான். வாழ்விலும் சம இன்பம் இருக்க முடியும்." என்று 1930ம் மற்றும் 1940ம் ஆண்டுகளிலேயே பெண்ணுயர்விற்காக - பெண்விடுதலைக்காக பெரிதும் சிந்தித்து வழி கூறியதோடு அதற்காக உழைத்தவரும் ஆவார்.

பிள்ளைப்பேறும் பிள்ளை வளர்ப்பும்:

பெண்கள் பிள்ளை பெறுவதுதான் அவர்களை அடிமைப்படுத்துகிறது என்று உறுதிபடக் கூறிய பெரியார் அதை பலமுறை வலியுறுத்தியுள்ளார். பெண்கள் பிள்ளை பெறுவதையே தவிர்க்க வேண்டும் என்றும் கூறினார்.

"பிள்ளைகள் பெறும் தொல்லையொன்று இருப்பதால் தாங்கள் ஆண்கள் இல்லாமல் வாழமுடியாது என்று எண்ணுகின்றனர். ஆண்களுக்கு அத்தொல்லை இல்லாததால் அவர்கள் சுதந்திரமாய் வாழ்கின்றனர், பிள்ளை பெறும் தொல்லையால் ஆண்களைச் சார்ந்து வாழவேண்டியதும், அதன்மூலம் ஆண் ஆதிக்கம் ஏற்பட வாய்ப்பும் உருவாகின்றது. எனவே, உண்மையான பெண்கள் விடுதலைக்கு பிள்ளை பெறும் தொல்லை அடியோடு ஒழிந்துபோக வேண்டும்.

இதுவரை வேறு யாரும் இப்படிச் சொல்லாத நிலையில், நான் இதைச் சொல்வது பெரிய முட்டாள்தனம் என்றுகூட பொது மக்கள் கருதுவார்கள். ஆனாலும் கூட பெண் விடுதலைக்கு இது ஒன்றுதான் மார்க்கம் என்று உறுதியாக எண்ணுகிறேன்" என்கிறார் பெரியார்.

"இதன்மூலம் உலக விருத்தி நின்றுவிடுமே! மானிட வர்க்கம் விருத்தியாகாதே என்று சிலர் நியாயம் பேச வருவார்கள். உலகம் விருத்தியாகாவிட்டால் பெண்களுக்கு என்ன நட்டம்? அல்லது இந்த நியாயம் பேசுகின்றவர்களுக்குத்தான் என்ன கஷ்டம்?" திருப்பிக் கேட்டார் பெரியார். அவரே ஓரிடத்தில்,

"பிள்ளை பெறுவது மிக அவசியம் என்று தோன்றினால் ஒன்று அல்லது இரண்டுக்கு மேல் கூடாது. அதுவும் திருமண மானதிலிருந்து ஐந்தாறு ஆண்டுகள் கழித்துத்தான் பெற்றுக் கொள்ள வேண்டும்

மஞ்சை. வசந்தன்

என்றும் கேட்டுக் கொள்கிறேன். அவ்வாறு பெறும் குழந்தையை சதா குரங்குக் குட்டிகள் போல் தூக்கிக் கொண்டு திரியாமல் ஆயாள் வைத்து வளர்க்க ஏற்பாடு செய்ய வேண்டும். குழந்தைக்கு ஒழுங்கும் அவசியமான கட்டுப்பாடும் கற்றுக் கொடுக்க வேண்டும்.

விபச்சாரம்:

"இந்த நாட்டில் பொதுவாக ஒழுக்கம் சீர்பட வேண்டுமானால், விபச்சாரமென்னும் காரியத்தில் உள்ள கெடுதிகள் நீங்கவேண்டுமானால், விதவைத் தன்மையும், ஆண்களுக்கு கற்பில்லை என்ற நிலையும் ஒழிக்கப்பட வேண்டும்."

"விபச்சாரம்" என்னும் வார்த்தையின் அனுபவ தத்துவத்தைக் கூர்ந்து கவனித்தால், விபச்சாரம் என்பது பெண்கள் அடிமைகள் என்பதைக் காட்டும் ஒரு குறிப்பு வார்த்தை என்று தான் சொல்லவேண்டும். ஏனெனில் விபச்சார தோஷம் என்பதும், விபச்சாரம் செய்வதால் ஏற்படும் ஒழுக்கக் கேடும் வழக்கத்தில் பெண்களுக்குத் தான் உண்டே ஒழிய ஆண்களுக்கு இல்லை."

"மக்களும் விபச்சாரியின் மகன் என்று சொன்னால் தான் கோபித்துக் கொள்கிறார்களே தவிர, விபச்சாரம் செய்பவனுடைய மகன் என்றால் கோபித்துக் கொள்வதில்லை." என்று நுட்பமான விளக்கம் ஒன்றை பெரியார் அளித்தார்.

தாய் பலபேரிடம் போனவள் என்று கூறும்போது பிள்ளைக்கு வரும் கோபம், தந்தை பலரிடம் போனவர் என்று சொல்லும்போது வருவதில்லை. தந்தை பல வைப்பாட்டிகள் வைத்திருப்பதைப் பெருமையாகக்கூட கருதும் நிலையுள்ளது. இந்த யதார்த்த நிலையை கூர்மையாகச் சிந்தித்து விபச்சாரம் என்பது பெண்ணடிமைத் தனத்தின் ஒரு பிரதிபலிப்பே என்பதைச் சுட்டிக் காட்டுகிறார்.

"விபச்சாரம் வளர்ந்ததற்கு முதற்காரணம் ஆண்களின் ஆணவமே யாகும். பெண்கள் விஷயத்தில் மட்டும், 'கற்பு', 'பதிவிரதா தர்மம்' என்று கட்டுப்பாடுகளை வற்புறுத்திவிட்டு, ஆண்கள் விஷயத்தில் வற்புறுத்தாமல் விட்டதனால் பெண்கள் பலர் விபச்சார வாழ்க்கையில் ஈடுபட நேர்ந்தது. ஆண்களை கட்ட விழ்த்துவிட்டது விபச்சாரம் விளைந்ததற்கு முதற்காரணம்" என்ற உண்மைநிலையை சரியாக அறிந்து அறிவித்தார் அய்யா.

"காதல் மணமில்லாமை, விதவை மணமில்லாமை, விவாகரத்து உரிமையில்லாமை, சொத்துரிமை பெண்களுக்கு இல்லாமை போன்ற சமூக அமைப்புகள் விபச்சாரிகள் உருவாவதற்கு களம் அமைத்துத் தந்தன."

"ஒத்த அன்புடையவர்கள் தம்பதிகளாய் அமையாது போனால், தம்பதியரிடையே காம இச்சை பூர்த்தியாகாமல் போனால் விபச்சாரம் விளைகிறது.

விவாகரத்து பெற முடியாமையும் வேறு வகையில் விபச்சாரத்தை வளர்க்கிறது.

பெண்களுக்கு கணவனுடைய சொத்திலும், பெற்றோர் சொத்திலும் உரிமையில்லாத காரணத்தால், கணவனாலும், பெற்றோராலும் கைவிடப்பட்ட பெண் வேறுவழியின்றி 'விபச்சாரம்' மேற்கொள் கிறாள்." என்று விபச்சாரத்தின் ஊற்றுக் கண்களை மாற்றுக் கருத்துக்கு இடமின்றி மதிநுட்பத்தோடு வரிசைப்படுத்துகிறார் பெரியார்.

எனவே, இந்தியாவில் விபச்சாரத்தை ஒழிக்க மேற்கண்டவை களுக்குத் தீர்வுகாண வேண்டும். காரணம், சட்டத்தின்மூலம் மட்டும் ஒழித்துவிடக்கூடிய வெளிப்படையான விபச்சாரம் இந்நாட்டில் இல்லை.

தேவதாசி ஒழிப்பு:

"கோயில்களில் கடவுள்கள் பேரால் பெண்களுக்கு பொட்டுக்கட்டி, அவர்களையே பொது மகளிர்களாக்கி, விபச்சாரத்திற்கு ஒரு சமுதாய அந்தஸ்தை தரும் ஒரு கொடிய வழக்கம் வெகுகாலமாய் இருந்து வருகிறது. மேலும் இது ஒரு வகுப்பாருக்கே உரியது என்றும் ஆக்கி அவர்கள் மீளமுடியாத ஒரு நிலையை உருவாக்கினர். நாகரிகமுள்ள அரசோ, மானமுள்ள மக்களோ இருப்பின் இக்கொடிய வழக்கத்தை மதத்தின் பேராலும், சமூகத்தின் பேராலும் அனுமதிப்பார்களா?

மேலும், எந்த சமூக மக்களாவது இம்மாதிரியான தேவதாசி தொழில் தங்கள் வகுப்புக்கு இருக்கவேண்டும் என்று விரும்பிக் கேட்பார்களா? அப்படிக் கேட்டால் அவர்களைவிட கேவலமானவர்கள் இருக்க முடியுமா?

எந்தப் பெண்ணாவது கடவுளையும் மதத்தையும் சாக்காக வைத்துக் கொண்டு இந்த இழிதொழிலைச் செய்து பிழைக்க விரும்பினால் அவளைவிட ஈனப்பெண் இருக்க முடியுமா?

எனவே, எவ்வகையில் நோக்கினும் நியாயமற்ற, ஆதரவற்ற, கேவலமான இம்முறை சட்டரீதியாக அறவே ஒழிக்கப்பட வேண்டும்" என்று தீவிரமாக இம்முறை ஒழிய பாடுபட்டார் பெரியார்.

பெண்களும் அலங்காரமும்:

"தன்னைப் பார்த்த மாத்திரத்திலே தன் கணவனோ அல்லது மற்ற ஆண்களோ அதிசயிக்கத்தக்க, கவனிக்கத்தக்க நிலை ஏற்பட வேண்டும் என்றும், தனது, நகை, ஆடை விலை மதிப்பை மெச்ச வேண்டும் என்று மட்டுமே ஆசை கொண்டு, தனது ஆற்றல், அறிவு, குணம் உலகிற்குப் பயன்பட வேண்டும் என்பதைப் பற்றிச் சிறிதும் சிந்திக்காமல் வாழ்வது நியாயமா?

பெண்களுக்கு மதிப்பில்லாமல் போனதற்கும், அவர்கள் வெறும் போகப் பொருள்தான் என்று ஆண்கள் கருதி நடப்பதற்கும் முக்கியக்காரணம் பெண்கள் தங்களை தேவையற்று, சிரமப்பட்டு சிங்காரித்துக் கொள்வதேயாகும்.

அலங்காரம் இல்லாத பெண்ணைப் பார்த்தால்தான் குணத்தை மதிப்பார்கள். அலங்கரித்த பெண்ணைப் பார்த்தால், உருவத்தைப் பார்த்து தப்பான உணர்ச்சிதான் ஏற்படும். **சுத்தமாயும், பசுந்தாய்** (Neatness) **இருக்க வேண்டும் என்பதிலும் எனக்கு மாறுபட்ட கருத்து இல்லை.** இயற்கைக்கு மாறாக அழகுபடுத்திக் கொள்வதில் பணத்தையும், நேரத்தையும் பாழடிப்பதையும், அலங்காரம் கலைந்து போகாமல் இருப்பதற்காக குனிந்து நிமிராமல்கூட அலங்காரப் பதுமைபோல் நடப்பதும் நியாயமா?" என்றே கேட்கிறேன்.

பெண்களுக்கு காதுகளிலும் மூக்குகளிலும் ஓட்டைகள் போட்ட தற்கும், காதில் மார்புவரை தொங்கும்படியும், மூக்கில், பல்லின்மேல் படும்படியும் நகைகள் போட்டு பாரத்தை ஏற்றினதற்கும் காரணம், பெண்களுக்கு மானம், வீரம், இருக்கக் கூடாதென்றும், மாட்டிற்கு மூக்கணாங்கயிறு மாட்டி அடிமைப் படுத்தி வைப்பது போல அடிமைப் படுத்தி வைத்திருக்கவுமே தவிர வேறு இல்லை.

பெண்களுக்கு சமூகத்தில் உயர்வான முன்னேற்றம் வேண்டு மானால் இந்த அலங்காரவேட்கை அறவே ஒழிய வேண்டும். இதில் செலவிடும் நேரத்தையும் பணத்தையும் படிக்கவும் பகுத்தறிவு பெறவும், உலக அனுபவம் கிடைக்கவும், தன்னம்பிக்கையையும், துணிவையும் வளர்த்துக் கொள்ளவும் பயன்படுத்த வேண்டும்."

நல்ல கற்புடைய பெண் "பிறர் நெஞ்சு புகாள்" என்பர். நாம் நம் பெண்களை பலரும் திரும்பித் திரும்பிப் பார்க்கும் படியாக அலங்கரிக்கிறோம். இது கற்புடை பெண்ணின் வரையறைக்கு முரண் அல்லவா? பிறஆண்களின் எண்ணத்தில் இடம் பெற இந்த அலங்காரம் அல்லவா காரணமாக

அமைகிறது என்று ஆழமாக ஒரு அர்த்தம் பொதிந்த கேள்வியைக் கேட்டு பெண்களையேயன்றி ஆண்களையும் சிந்திக்க வைத்தார் பெரியார்.

"நகைக்கும் துணிக்கும் போடும் பணத்தை வங்கியில் போட்டு குறைந்த வட்டியாவது வாங்கி குழந்தை பிறந்தவுடன் அதை எடுத்து அந்த வட்டியில் ஓர் ஆள் வைத்தாவது குழந்தையை வளர்க்க வேண்டும். சமையல் ஆள் மூலம் செய்விக்க வேண்டும். பெண்கள் ஆண்களைப் போல உயர்ந்த வேலை பார்க்க வேண்டும்.

நம் நாட்டுப் பெண்கள் நாட்டுக்கும், சமூகத்துக்கும் பயன்படாமல் அலங்காரப் பொம்மைகளானதற்கு, ஆண்களின் கண்களுக்கு விருந்தானதற்கு காரணம் பாழாய்ப்போன, ஒழுக்கமற்ற சினிமாப் படங்களேயாகும். சினிமா நட்சத்திரங்களைப் பார்த்தே தினம் ஒரு பேஷன், நகை, துணி, கட்டு, வெட்டு, சாயல் ஏற்பட்டது.

அந்தப் பெண்களின் வாழ்க்கையென்ன? தன்மையென்ன? ஒழுக்கம் என்ன என்பனவற்றையெல்லாம் சிந்திக்காமல் நம் குலப் பெண்களும் அவற்றைப் பின்பற்றி அலங்காரப் பதுமைகளாய் மாறி, புகழ், தொண்டு, வீரம் சாதனை என்று தான் செய்ய வேண்டிய உயர்பணிகளை மறந்து போகிறார்கள்.

நகையணிவதன் மூலம் அழகு அதிகமாகும் என்பது காட்டுமிராண்டி காலத்து நம்பிக்கை, வங்கி முறையில்லாத காலத்தில் பணம் சேமிக்கும் வழிகளாக நகைகள் அமைந்தன. இன்றைக்கு இவை தேவையில்லை. நகையில் முதலீடு செய்வதற்குப் பதிலாக வங்கியில் சேமித்து வைத்து, வட்டி பெற்று வாழ்வில் சுதந்திரமாகவும் வசதியாகவும் வாழலாம்."

நகையென்பது பெண்களின் உரிமைக்குப் பூட்டப் பட்டிருக்கும் பவுன் விலங்கு என்பதைப் பெண்கள் மறக்கக்கூடாது.

நகைகளிலும் உயர்தரமான உடைகளிலும் பாழாக்கப் படுகின்ற பணம் குடும்பத்துக்கோ சமுதாயத்திற்கோ பயன்படாமல் வீணாகிறது.

எந்த நாட்டையும் பீடிக்காத இந்த நகைப்பித்து பீடை தமிழ் நாட்டைப் பீடித்திருக்கிறது. பணம் படைத்த ஒரு சிலரைப் பார்த்து, நடுத்தரக் குடும்பப் பெண்களும் நகைப்பித்துப் பிடித்தவர்களாகி விடுகிறார்கள். இதனால் குடும்பச் சச்சரவும், திருமணத் தடைகளும், பெண்கள் துணையில்லாமல் வெளியில் செல்லமுடியாத வேதனை நிலையும் ஏற்படுகிறது என்பதைத் தவிர நன்மை ஏதாவது உண்டா? பெற்றோர்களும் பெண்களும் சிந்தித்துப் பார்க்கட்டும் என்று உருக்கமுடன் கேட்கிறார் உலகுதொழும் சிந்தனைக்குரிய நம் அறிவுத் தந்தை.

மஞ்சை. வசந்தன்

கோஷா முறை:

"மதம் மத ஆசாரம் என்பவை யாவும் மனிதனால் வகுக்கப் பட்டவை என்பதை உணராது மதத்திற்கு அடிமையாய் இருத்தல் தவறு.

உச்சிக் குடுமிதான் மதத்தின் கட்டளை; தாடியும் மொட்டையும் தான் மதத்தின் கட்டளை என்று இருந்தது இன்று மாறிவிடவில்லையா? அதுபோல இன்று கிராப் தலைகளாகி விடவில்லையா? அதுபோல அவசியத்திற்கும், தேவைக்கும், வசதிக்கும், அறிவுக்கும், விஞ்ஞானத்திற்கும் தக்கவாறு மாற்றம் வேண்டும்.

முஸ்லீம் பெண்களிடையே திணிக்கப்பட்டுள்ள கோஷா முறை பெண்களின் உயர்வைத் தடுத்து அவர்களைக் குடத்துக்குள் விளக்காக்கு கிறது. சிந்தித்துப் பார்ப்பார்களானால் முஸ்லீம் அறிஞர்கள் இத்தீய முறையை ஒழிப்பதற்குத் தாமதிக்கவே மாட்டார்கள்.

கோஷா முறையினால் சூரிய வெளிச்சமும், நல்ல காற்றும் இல்லாமல் காசம் போன்ற நோய்கள் எளிதில் பரவுவதாக எல்லா டாக்டர்களும் கூறிவிட்டனர். இயற்கையாகக் கிடைக்கக் கூடிய காற்றும், வெளிச்சமும் பெண்ணினத்திற்கு கிடைக்காமல் தடுப்பது எவ்வளவு பெரிய அக்கிரமம் என்பதை ஆண்கள் ஆலோசித்துப் பாக்க வேண்டும். வடநாட்டு ஹிந்துக்களிடம்கூட இந்த கோஷா முறை இருந்து வருகிறது. இது விரைவில் ஒழிக்கப்பட வேண்டும்" என்று பெண்களை மூடி, முடக்கி, போகப் பொருளாக மட்டும் பொத்திப் பாதுகாக்கும் பத்தாம் பசலித்தனத்தை கடுமையாகச் சாடினார் பெரியார்.

ஆணும் பெண்ணும் சமம்:

ஆணும் பெண்ணும் மனிதர்கள்தான். மனிதவர்க்கத்தில் புத்திக் குறைவு, பலக்குறைவு என்பது இயற்கையில் ஆண்கள் பெண்கள் ஆகிய இருபாலாருக்கும் ஒன்று போலவேதான் இருக்கிறது. பயிற்சியால் இருபாலாரும் ஒன்று போலவேதான் அடைகிறார்கள்.

ஆணில் எவ்வளவு முட்டாள்கள் இருக்கிறார்களோ, எவ்வளவு பலவீனமானவர்கள் இருக்கிறார்களோ, எவ்வளவு கெட்ட குணமுடை யவர்கள் இருக்கிறார்களோ அதுபோல்தான் பெண்ணிலும் இருக்கிறார்கள்.

மேற்கொண்டு ஏதாவது இருந்தால் அது செயற்கையாய் அதாவது ஆணாகியவர்கள் அவர்களை குழந்தைப் பருவம் முதல் அடிமைப்படுத்தி கல்வி கொடுக்காமல், உலக அறிவு பெற வாய்ப்பில்லாமல் அடக்கிவைத்து விட்டதால் ஏற்பட்டதே ஒழிய வேறில்லை.

ஆண்களிலே கல்வியும் உலக அனுபவமும் பெறாதவர்களை எடுத்துக் கொண்டால் அவர்கள் பெண்களை விட பல மடங்கு கீழானவர்களாக இருப்பதைக் காணலாம்.

வியாபாரம் செய்யும் பெண்களும், உத்தியோகம் பார்க்கும் பெண்களும் அவர்கள் வேலையை மிகத் திறமையாகத்தான் செய்கிறார்கள்.

ஜெயிலில் இருக்கும் கைதிகள் ஆண்களாக இருந்தாலும் ஜெயிலரையும் சூப்ரண்டையும் கண்டால் நடுங்குகிறார்களே! அவர்களுக்கு ஆண்மை, வீரம், பராக்கிரமம், சுயபுத்தி எல்லாம் எங்கே போயிற்று?

ஆக, பெண்ணும் ஆணும் பிறப்பால் இல்லை, வளர்ப்பால், வளர்கின்ற சூழலால்தான் திறமையும், அறிவும், வலிவும் பெறுகிறார்கள் என்ற சரியான உண்மையைத் தயக்கமின்றி கூறினார் தந்தை பெரியார்.

''பெண்கள் மனித இனத்தில் சரிபாதி எண்ணிக்கை கொண்டவர்கள். இரண்டொரு உறுப்பில் மாற்றம் இல்லாமல் மற்றபடி பெண்கள் மனித சமுதாயத்தில் முழு ஒப்புமை உடையவர்கள் ஆவர்''

''பெற்றோர்கள் தங்கள் பெண்களைப் பெண் என்றே அழைக்காமல் ஆண் என்றே அழைக்க வேண்டும். பெயர்களும் ஆண்கள் பெயரையே இடவேண்டும். உடைகளும் ஆண்களைப் போலவே கட்டுவித்தல் வேண்டும். சுலபத்தில் இது ஆணா பெண்ணா என்று வேறுபாடு காணமுடியாதபடி உருவாக்க வேண்டும்.

பெண்களைப் புருஷனுக்கு நல்ல பண்டமாக மாத்திரம் ஆக்காமல் மனித சமூகத்திற்குத் தொண்டாற்றும் புகழும், பொறுப்பும் உடைய பெண்மணியாக ஆக்கவேண்டும். பெண்ணும் தன்னை பெண் இனம் என்று கருத இடமும் எண்ணமும் உண்டாகும்படியாக நடக்கவே கூடாது. ஒவ்வொரு பெண்ணும் நமக்கும் ஆணுக்கும் ஏன் பேதம்? ஏன் நிபந்தனை? உயர்வு தாழ்வு ஏன்? என்ற எண்ணம் எழவேண்டும். அப்போதுதான் அவள் போகப் பொருளாக ஆக்கப் படாமல் புது உலகினை உருவாக்கும் உணர்வும் உரமும் பெறுவாள்'' என்று மிகுந்த பொறுப்புடன் அறிவுறுத்தினார் அய்யா.

பெண் விடுதலை:

''ஆண்களால் பெண்களுக்கு விடுதலை கிடைக்காது'' என்று அழுத்தம் திருத்தமாகச் சொன்னார் பெரியார்.

''பெண்களுக்கு விடுதலை கிடைப்பதில் பெண்களே தடையாக வுள்ளனர்'' என்பதையும் அவர் கூறத் தவறவில்லை.

''பெண்களின் அடிமைத்தன்மை பெண்களை மாத்திரம் பாதிப்பதில்லை. அது மற்றொரு வகையில் ஆண்களையும் பெரிதும் பாதிக்கிறது. இதைச் சாதாரண ஆண்கள் உணரு வதில்லை. பெண்கள் தன் கடமைகளைத் தானே செய்து கொள்ளவும், தற்சார்பில் வாழவும் தகுதி பெறுவார்களானால் ஆண்களுக்கான பொறுப்பும் சுமையும் குறையும் என்பதை ஆண்கள் முதலில் உணர வேண்டும்.''

''கற்பு என்கிற வார்த்தையும், விபச்சாரம் என்கிற வார்த்தையும் என்று ஒழிக்கப்படுகின்றதோ அன்றுதான் பெண்கள் முழு விடுதலை அடைய முடியும்.''

''ஆண்மை'' உலகில் உள்ளவரையிலும் பெண்மைக்கு மதிப்பு இல்லையென்பதைப் பெண்கள் ஞாபகத்தில் கொள்ள வேண்டும். உலகத்தில் ''ஆண்மை'' நிற்கும் வரையில் பெண்கள் அடிமையும் வளர்ந்தே வரும். பெண்களால் 'ஆண்மை' என்ற தத்துவம் அழிக்கப்பட்டாலொழிய பெண் விடுதலை இல்லை என்பது உறுதி. ஆண்மையால்தான் பெண்கள் அடிமையாக்கப்பட்டிருக்கிறார்கள்.

பெண் மக்கள் உண்மை விடுதலை பெறவேண்டுமானால், 'ஆண்மையும்' 'பெண்மையும்' கடவுளால் உண்டாக்கப்பட்டவை அல்ல என்பதை உணரவேண்டும். கடவுளால் படைக்கப்பட்டதாகக் கருதும் மூடத்தனம் ஒழிய கடவுள் நம்பிக்கையும் ஒழிக்கப்பட்டாக வேண்டும்.

பெண்கள் விடுதலை பெறுவதற்கு இப்போது ஆண்களை விட பெண்களே பெரிதும் தடையாயிருக்கிறார்கள். ஏனெனில், இன்னமும் பெண்களுக்கு தாங்கள் முழுவிடுதலைக்கு உரியவர்கள் என்ற எண்ணமே தோன்றவில்லை. தங்களை ஆண்களுக்கு அடிமையாய் இருக்கும் படியாகவே கடவுள் படைத்திருக்கிறார். ஆண் இல்லாமல் பெண் வாழ முடியாது என்று பெண்களே நினைத்துக் கொண்டிருக்கிறார்கள்.

தன்னை ஒரு இந்து மதத்தவன் என்று சொல்லிக் கொண்டு பெண்களுக்கு சுதந்திரம் வேண்டும் என்று ஒருவன் கூறுவானானால் அதை ஒருக்காலும் ஒப்ப முடியாது. ஏனென்றால் இந்து மதத்தில் பெண்களுக்குச் சுதந்திரம் இல்லை. இந்துமதத் தத்துவப்படி பெண்கள் ஓர் ஈனப் பிறவி. பெண்களுக்கு சுதந்திரம் வேண்டும் என்று முயற்சிக் கின்றவர்கள் அதற்குத் தடையாகவுள்ளவற்றை எதிர்க்கவும், அழிக்கவும் துணிந்தவர்களாய் இருந்தால் தான் அவர்கள் உண்மையிலே முயற்சிக் கிறார்கள் என்று பொருள். இல்லையென்றால் அவர்கள் தந்திரமான ஏமாற்றுக் காரர்களாக இருக்கவேண்டும் அல்லது மூடர்களாக இருக்க வேண்டும்.

பெண்ணை வளர்க்கிறபோது, ஆணுக்கு அடங்க வேண்டும், அச்சம், மடம், நாணம், பயிர்ப்பு வேண்டும் என்ற அடிமைத்தன்மையை ஊட்டி வளர்க்கக் கூடாது.

தனக்கு வேண்டிய காதலனைத் தானே தெரிந்தெடுத்துக் கொள்ளுகின்ற பக்குவத்தை உருவாக்க வேண்டும். இவ்வகையில் பெண்களை உருவாக்கினால் தலை சிறந்தவளாயும் சுதந்திரம் பெற்றவளாயும் அவள் விளங்குவாள்'' என்று பல கோணங்களிலும் ஆய்வுசெய்து பெண் விடுதலைக்கு பெரிதும் வழிகாட்டியதோடு, அதற்காகவே உழைத்தவர் பெரியார் ஆவார்.

15

தணித்த இந்தியால் 'திராவிட நாடு எழுந்தது'!

தமிழக அரசியலில் இந்தி எதிர்ப்புப் போர் ஒரு பெரும் எழுச்சியை ஏற்படுத்தியது. மறியல் போரில் கலந்து கொள்ள திருச்சியிலிருந்து சென்னை வந்த 100 மறியல் வீரர்களை வரவேற்க சென்னைக் கடற்கரையில் நடைபெற்ற பொதுக் கூட்டத்தில் பேசிய பெரியார் 'தமிழ்நாடு தமிழருக்கே' என்று முதன் முறையாகக் குரல் எழுப்பி, அதனை விளக்கிக் கூறினார். அதுமுதல் அவர் கூறிய கருத்துக்களே தமிழரின் கொள்கையாகவும் நீதிக்கட்சியின் கொள்கையாகவும் ஆயின.

தென்னிந்திய நலவுரிமைச் சங்கமாகத் தொடங்கப் பட்ட நீதிக்கட்சியின் இலக்கு 'தமிழ்நாடு தமிழருக்கே' என்ற அளவில் சுருங்கினாலும் எழுச்சி பல மடங்கு பெருகிற்று. ஆந்திரம், கன்னடம், மலையாளப்பகுதிகளில் இந்தி எதிர்ப்பு உணர்வு ஏற்பட வில்லை என்பது இங்கு மிகவும் கருத்தில் கொள்ளப் பட வேண்டியது ஆகும். தமிழகத்தின் எழுச்சியும் தந்தை பெரியாரின் தீவிர செயல் திட்டங்களையே அடிப்படையாய் பெற்றிருந்தது.

1939-ஆம் ஆண்டில் இரண்டாம் உலகப்போர் தொடங்கியது. செப்டம்பர் 3ந்தேதி அறிவிக்கப்பட்ட யுத்தப்பிரகடனத்தில் பிரிட்டனுடன் சேர்ந்து இந்தியாவும் போரில் இறங்குவதாக இந்திய வைஸ்ராய் லின்லித்கோ அறிவித்தார்.

இந்தியர்களைக் கேட்காமல் இப்பிரகடனம் செய்யப் பட்டதை காங்கிரஸ் கண்டித்து மாகாண காங்கிரஸ் அரசாங்கம் பதவி விலகவேண்டும் என்று காங்கிரஸ் தலைமை அறிவித்தது. அதனடிப்படையில் ராஜாஜி அமைச்சரவை முதலில் பதவி விலகியது. இது நீதிக்கட்சியினருக்கும், பெரியாருக்கும் மகிழ்ச்சியளித்தது.

அதே நேரத்தில், முஸ்லீம்கள் பெருவாரியாக வாழும் வடகிழக்கு, வடமேற்குப் பகுதிகளை தனி நாடாகப் பிரிவினை செய்து கொடுக்கவேண்டும் என்ற கோரிக்கை ஜின்னாவால் வைக்கப்பட்டது.

இந்திய வைஸ்ராயின் யுத்தப் பிரகடனத்திற்கு நீதிக்கட்சி தன் ஆதரவை அளித்தது.

முஸ்லீம் லீக் எழுப்பிய தனி நாடு-பாகிஸ்தான் கோரிக்கை பெரியாரின் சிந்தனையிலும் 'திராவிடநாடு' கோரிக்கை உணர்வை உருவாக்கியது. தமிழ், தெலுங்கு, கன்னடம், மலையாளம் மொழி பேசும் பகுதியை உள்ளடக்கிய திராவிடநாடு கோரிக்கை வடிவெடுத்தது.

தமிழ்நாடு தமிழருக்கே என்ற கோரிக்கை, திராவிட நாடு திராவிடருக்கே என்று மாற்றம் செய்யப்பட்டது.

ஹைதராபாத், மைசூர், கொச்சி, திருவாங்கூர் சமஸ்தானங் களை உள்ளடக்கிய தென்னிந்திய வரைபடம் 1939 டிசம்பர் 3 ந் தேதி குடியரசு இதழில் வெளியிடப்பட்டது.

1940ஆம் ஆண்டு ஆகஸ்டு 4ந்தேதி நீதிக்கட்சியின் 15வது மாகாண மாநாடு திருவாரூரில் பெரியார் தலைமையில் நடைபெற்றது.

"திராவிடர்களுடைய கலை, நாகரிகம், பொருளாதாரம் முன்னேற்றம் அடைவதற்கு, அவற்றைப் பாதுகாப்பதற்கு திராவிடர்களின் அகமாகிய

சென்னை மாகாணம் இந்திய மந்திரியின் நேர்ப் பார்வையின் கீழ் ஒரு தனி நாடாகப் பிரிக்கப் பட வேண்டுமென இம்மாநாடு தீர்மானிக்கிறது." என்று தீர்மானம் நிறைவேற்றப்பட்டது.

இந்தியா முழுவதும் "வெள்ளையனே வெளியேறு" போராட்டத்தின் விளைவாய்-காந்தி சிறையிடப்பட்டதனால் - கொந்தளித்த சூழலில், நீதிக்கட்சித் தலைவரான பெரியார் பம்பாய்க்குச் சென்று முஸ்லீம் லீக் தலைவர் ஜின்னாவைச் சந்தித்துப் பேசினார். "பாகிஸ்தான்" தனிநாடு கோரிக்கையுடன் திராவிடஸ்தான்" கோரிக்கையையும் சேர்த்து எழுப்ப வேண்டும் என்று பெரியார் கேட்டுக்கொண்டார். ஜின்னாவும் உதவி புரிவதாகக் கூறினார்.

ஆனால் யுத்தப்பிரகடன ஆதரவு விஷயத்தில் ஜின்னாவும் பெரியாரும் எதிரிடையான நிலையைப் பின் பற்றினர். ஜின்னா பிரிட்டன் யுத்தத்திற்கு ஆதரவு தரவில்லை. பெரியார் ஆதரவு தந்தார்.

"பிரிட்டிஷ் ஏகாதிபத்தியத்தைவிட, அன்னிய ஆட்சியை விட பார்ப்பனிய ஆதிக்கம் எவ்வகையில் இளைத்தது? இன்னும் சொல்லப் போனால் பார்ப்பனியம் இவைகளைவிட பல மடங்கு கொடியதல்லவா?

இந்த நாட்டு விடுதலை அந்நிய நாட்டாரிடம் இல்லை. பார்ப்பனியத்தி லிருந்து விடுபடுவதில்தான் உள்ளது" என்று பெரியார் உறுதியாக நம்பினார்.

16

அண்ணா வருகையும் திராவிடர் கழகத் தோற்றமும்

நீதிக்கட்சி ஆங்கில ஆட்சியை தொடர்ந்து ஆதரித்து வந்த போதிலும்-1939ற்குப் பிறகு மிகத் தீவிரமாக ஆதரித்த போதிலும் ஆங்கில அரசு அதனை அலட்சியப் படுத்தியே வந்தது. அது மட்டுமல்லாமல் அந்நிய ஆட்சியின் தாசர்கள்-வசதிபடைத்த கணவான்களின் கூட்டமைப்பு என்ற பாதகமான விமர்சனங்களும் நீதிக்கட்சியின் மேல் விழுந்தது. எனவே நீதிக்கட்சியின் கொள்கையிலும் போக்கிலும் மாற்றம் இல்லையெனில் அதற்கு எதிர்காலம் இல்லையென்ற உண்மை தெளிவாகவே தெரிந்தது.

இச்சூழலில் சி.என்.அண்ணாத்துரை என்ற எம்.ஏ.பட்டம் பெற்ற இளைஞர், சென்னை கோவிந்தப்ப நாயக்கர் நடுநிலைப் பள்ளியில் நான்கு மாதகாலம் ஆசிரியராகப் பணியாற்றிய பின், அங்கிருந்து விலகி, தொழிற்சங்க வாதியான பாகதேவ் என்பவரிடம் மொழி பெயர்ப்பாளராக இருந்து, அவர் மூலம் நீதிக்கட்சியில் தொடர்பு கொண்டார்.

இந்த இளைஞர் 1935ஆம் ஆண்டு திருப்பூரில் நடைபெற்ற செங்குந்தர் மாநாட்டில் முதன்முதலில் பெரியாரைச் சந்திக்கும் வாய்ப்பு பெற்றார். அந்த இளைஞரின் பேச்சாற்றல் பெரியாரை வெகுவாகக் கவர்ந்தது. பெரியாரின் சிந்தனையும், கொள்கைத் தீவிரமும் அந்த இளைஞருக்கும் பிடித்தன.

திறமை எங்கிருப்பினும் தட்டிக்கொடுத்து வளர்க்கும் தன்னிகரற்ற தலைவரல்லவா தந்தை பெரியார், அதனால் அந்த இளைஞரை உயர்த்திப் பிடித்தார். குடியரசுப் பத்திரிகையின் உதவியாசிரியர் பொறுப்பை அவருக்குக் கொடுத்தார்.

அந்த இளைஞரின் எழுத்தாற்றலும், பேச்சாற்றலும் குறுகிய காலத்திலேயே நீதிக்கட்சியினர் உள்ளத்தில் அவரைக் குடிகொள்ளச் செய்தது. அந்த இளைஞர்தான் பிற்காலத்தில் அறிஞர் அண்ணா என்று அழைக்கப் பெற்றவர்.

பெரியாரின் உதவியினால் 1942-ஆம் ஆண்டு அண்ணா 'திராவிட நாடு' என்ற பத்திரிகையை தொடங்கினார்.

1944ஆம் ஆண்டு ஆகஸ்டு மாதம் 27ஆம் தேதி நீதிக்கட்சியின் 11வது மாநாடு சேலத்தில் நடந்தது. கட்சியின் செயலாளராக இருந்த அண்ணா முக்கிய தீர்மானத்தை மொழிந்தார்.

அத்தீர்மானம் நீதிக்கட்சியின் பெயரை 'திராவிடர் கழகம்' என்று மாற்றவேண்டும் என்று கூறியது; கோரியது.

மேலும் திராவிட நாடு என்ற பெயருடன் சென்னை மாகாணம் மத்திய அரசின் தலையீடின்றி நேரடியாக இங்கிலாந்தின் பிரதமச் செயலரின் நிர்வாகக் கட்டுப்பாட்டிலிருக்கும் ஒரு தனி நாடாக பிரிக்கப்பட வேண்டும் என்றும் கோரியது.

நீதிக்கட்சிக்கிருந்த தவறான பெயர் அறவே நீங்க வேண்டுமானால் கட்சியின் பெயரே மாற்றப்பட வேண்டும் என்ற முடிவு அண்ணா உட்பட பலராலும் வற்புறுத்தப்பட்டது. அதன் படிதான் 'திராவிடர் கழகம்' என்ற பெயர் சூட்டப்படவேண்டும் என்று இத்தீர்மானம் கேட்டுக் கொண்டது.

ஆங்கில அரசிடம் பெற்ற கவுரவப் பட்டங்களைத் திருப்பித் தர வேண்டும். பதவிகளைத் துறக்க வேண்டும். இவற்றை ஒருவார காலத்திற்குள் செய்யாதவர்கள் கட்சியைவிட்டு நீக்கப்பட்டவர்கள் ஆவர் என்றும் முடிவு செய்யப்பட்டது.

இத்தீர்மானத்தை முன் மொழிந்ததோடு நில்லாமல் அதை விளக்கி நீண்ட உரையும் ஆற்றினார்.

தீர்மானம் ஒருமனதாக ஏற்றுக்கொள்ளப்பட்டது.

யாதும் ஊரே என்ற தமிழனுக்கு தனிநாடு ஏன் என்ற கேள்விக்கு,

''அப்படி நாடற்ற கூட்டம், யாதும் ஊரே என்னும் கூட்டம் லம்பாடிக் கூட்டம் 'ஜிப்சி' ஒன்றுதான். நாங்கள் அவர்களைப் போல லம்பாடியாக இருக்க விரும்பவில்லை. எங்களுக்கு நாடு இருக்கிறது; அதை அடைவதுதான் எங்களுடைய லட்சியம்'' என்று பதில் சொன்னார் பெரியார்.

சேலம் மாநாட்டுக்குப் பிறகு ஆங்கில அரசாங்கம் பெரியாரால் விமர்சிக்கப்பட்டது. ''ஆங்கில ஆட்சியர் நீதிமான்கள், நல்ல நிர்வாகிகள், அறிவாளிகள். ஆனால் அவையெல்லாம் இந்த நாட்டில் அல்ல. இங்கு ஆரியர்களுடன் கூட்டுச் சேர்ந்து சுரண்டலும் அநீதியும் நடக்கிறது'' என்று பெரியார் கூறினார்.

கருப்பு செவ்வகத்தில் நடுவில் சிவப்பு வட்டத்துடன் கூடிய திராவிடர் கழகக் கொடி உருவாக்கப்பட்டு 4-4-1946ல் அது ஏற்றுக்கொள்ளப் பட்டது. கருப்பு அறியாமை மற்றும் துயரத்தையும், சிவப்பு புரட்சியும் மூலம் அதை அகற்ற வேண்டும் என்பதை நோக்கமாகக் கொண்டது. புரட்சி பரவப் பரவ அறியாமை அகலும். இறுதியில் முழுவதும் சிவப்பாகும், நாடு சமதர்மம் பெறும் என்பது அதன் உட்பொருள்.

1946ல் மத்தியிலும் மாகாணத்திலும் தேர்தல் நடைபெற்றது. திராவிடக் கழகம் இதில் போட்டியிடவில்லை. காங்கிரஸ் அத்தேர்தலில் வெற்றி பெற்று சென்னை ராஜதானிக்கு டி.பிரகாசம் முதல்வரானார்.

இத்தேர்தலுக்குப் பின்,

"இந்த நாட்டில் முதன்மையாகச் செய்யப்பட வேண்டியது மேல் ஜாதி கீழ்சாதி என்பதை ஒழிப்பதேயாகும். திராவிடர் கழகம் முதலாவ தாக அதனையே கருதுகிறது. இதனை முதல் வேலைத் திட்டமாகவும் கைக்கொண்டிருக்கிறது. எனவே, இவ்விஷயத்தில் காங்கிரஸ் செய்யப் போவதைப் பொறுத்தே அதோடு நாம் வைத்துக் கொள்ளும் சம்பந்தம் இருந்து வரும்." என்று குடியரசில் தலையங்கத்தில் குறிப்பிட்ட பெரியார்.

"கம்யூனிஸ்ட்டுகளுக்கும் நமக்கும் தகராறு இல்லை. அவர்கள் கடவுள், மதம், பார்ப்பன சாஸ்திரம், கோயில், மடாதிபதி பற்றியெல்லாம் பேசுவதில்லை. அவர்கள் நம்மீது வசைபாடி பார்ப்பனர்களுக்கு, காங்கிரசுக்கு நல்லவர்களாக நடக்கிறார்கள். **கீழ்மையை உதறித் தள்ளி விட்டு உண்மையான கம்யூனிஸ்ட்டுகளாக அவர்கள் நடந்தால் அவர்கள் பின்னால் நாமும் கொடி தூக்கிச் செல்ல தயாராய் இருக்கிறோம்"** என்று கம்யூனிஸ்ட்டுகளைப் பார்த்துச் சொல்லிவிட்டு.

"ஆகவே, நம் போராட்டத்தின்போது காங்கிரசிலும், கம்யூனிசத்திலும் இருக்கும் திராவிடர் தோழர்களை ஏமாந்துபோய் நாம் ஒருவருக் கொருவர் முட்டிக்கொள்ளும் மூடத்தனத்தில் இறங்கி தற்கொலை செய்துகொள்ள வேண்டாம் என்று வேண்டிக்கொள்கிறோம்" என்று பொறுப்புடன் கூறினார்.

17

அண்ணா - பெரியார் கருத்து வேறுபாடும் கழகக் கூறுபாடும்

1946 மற்றும் 1947ஆம் ஆண்டுகளில் இந்தியா விற்குச் சுதந்திரம் அளிப்பதற்கான இறுதிக்கட்டப் பேச்சுகள் நடந்து வந்தன. பிரிட்டிஷார் இந்தியாவைவிட்டு வெளியேற முடிவெடுத்திருப்பதாக வந்த செய்தியை பெரியார் கண்டித்தார்.

"உண்மையில் திராவிட நாடும் பாகிஸ்தானும் இந்தியாவைவிட்டு பிரிக்கப்பட்ட தனி நாடாக ஏற்கப் படாத வரை "பிரிட்டிஷார் வெளியேறி விட்டார்கள்" என்பதோ, வெளியேறத் தயாராக இருக்கிறார்கள் என்பதோ வெறும் கோஷப் பேச்சாக இருக்குமே தவிர உண்மைப் பேச்சாக ஆகவே ஆகாது" என்று பெரியார் நம்பிக்கையுடன் கூறினார்.

ஆனால், அவரது நம்பிக்கை தகர்ந்து, 1947 ஆகஸ்ட் 14ஆம் தேதி பாகிஸ்தானும், 15ஆம் தேதி இந்தியாவும் சுதந்திரம் பெறும் என்று உடன்பாடு ஏற்பட்ட போது, பெரியார் கோப மடைந்து சுதந்திர நாளைத் துக்க நாளாகக் கொண்டாட வேண்டுமென அறிவித்தார்.

சமுதாய விடுதலையின்றி வெறும் அரசியல் விடுதலையால் பயனில்லை என்பதும், அச்சமுதாய விடுதலை ஆங்கில ஆட்சியிருக்கும் போதே பெற முடியுமே தவிர, சுதந்திர இந்தியாவில் பார்ப்பன ஆதிக்கம் மேலோங்கி வரும் சூழலில் அது சாத்தியமற்றுப் போகும் என்பதே பெரியாரின் கணிப்பாக இருந்தது. அதன் விளைவே இம்முடிவு.

ஆனால், இது தவறான முடிவு, தீங்கான முடிவு என்று அண்ணா உள்ளிட்ட பலர் எதிர்ப்பு தெரிவித்தனர்.

1939ஆம் ஆண்டு இரண்டாம் உலக யுத்தப் பிரச்சாரத்திற்கு ஆங்கில ஆட்சி சார்பாய் 'விடுதலை' பத்திரிகையை பெரியார் குத்தகை விட்டபோது அதன் உதவி ஆசிரியராக இருந்த அண்ணா தொடர்ந்து அப்பத்திரிகையில் பணியாற்ற மறுத்து விட்டார். அதேபோல் யுத்தப் பிரச்சாரத்திற்கு ஆங்கில அரசிடம் சம்பளம் பெற்றுக்கொண்டு ஆங்கில அரசுக்கு ஆதரவாக பிரச்சாரம் செய்யவேண்டும் என்று கேட்டபோதும் அண்ணா மறுத்து விட்டார்.

ஜின்னாவுடன் பெரியார் திராவிடநாடு கோரிக்கை குறித்து பேசியதிலும் அண்ணாவிற்கு உடன்பாடு இல்லை.

இப்படி திராவிடர் கழகத்துக்குள் பனிப்போர் தொடர்ந்து கொண்டிருக்கையில், பெரியார்-மணியம்மை திருமணம் ஏற்பாடு பற்றிய செய்தி வெளிவரவே, திராவிடர் கழகத்திற்குள் கருத்து வேற்றுமை மேலும் முற்றிப் பழுத்தது.

மணியம்மையார் வடாற்காடு மாவட்டம் வேலூரைச் சேர்ந்த சுயமரியாதை இயக்க வீரர் கனகசபையின் மகளாவார். அவரது குடும்பமே சுயமரியாதைக் குடும்பமாகும்.

1943ஆம் ஆண்டு ஜூன் மாதம் கனகசபை அவர்கள் இறந்துவிடவே, 17 வயது நிரம்பிய மணியம்மை பெரியாரிடம் வந்து சேர்ந்தார்.

மணியம்மை நன்றாக தமிழ் மொழியில் பயிற்சிபெற வேண்டும் என்பதற்காக அவரை குலசேகரப் பட்டினத்திலுள்ள சி.டி.நாயகத்திடம் பெரியார் அனுப்பி வைத்தார்.

பயிற்சி முடிந்து வந்தபின் மணியம்மை பெரியாரின் உதவி யாளராயும், அவரது செவிலியராகவும் (நர்ஸாகவும்) பணிபுரிந்தார். கொள்கைப்பற்று அவரிடம் தீவிரமாகக் காணப்பட்டது.

1943ஆம் ஆண்டு அக்டோபர் 23ஆம் தேதி மணியம்மையார் குடியரசு இதழில் எழுதிய அறிக்கை, அவரது தன்னிலை விளக்க அறிக்கையாக அமைந்தது.

"பெரியாருடன் குற்றாலத்திலும் ஈரோட்டிலும் ஒரு மாத காலம் இருந்தேன். அவரது உடல்நிலை நாளுக்குநாள் பலவீனப்பட்டு வருகிறது. அதைப்பற்றி அவர் கவலைப்படவில்லை. அவருக்குப் பின் இயக்க காரியத்தைப் பார்க்கத் தகுதியான முழுநேரப் பணியாளரும், முழுக் கொள்கைக்காரரும் கிடைப்பார்களா என்று கவலையாகவே இருக்கிறார். இயக்கத்துக்காக தன்வசம் உள்ள சொத்துக்களை என்ன செய்வது என்பதும் அவருக்கு மற்றொரு கவலையாக இருப்பதைக் கண்டேன்.

அத்தோடு இயக்கத்துக்கு வேலை செய்ய சில பெண்கள் வேண்டுமென்றும் அதிக ஆசைப்படுகிறார். அப்பெண்களின் ஜீவனத்துக்கு ஏதாவது வழி செய்துவிட்டுப் போகவும் இஷ்டப்படுகிறார்.

நான் ஒரு பெண் என்ன செய்ய முடியும்? இன்னும் பெண்கள் முன்வர வேண்டும். அவர்கள் பாமர மக்களால் கருதப்படும் "மானம், ஈனம், ஊரார் பழிப்பு" யாவற்றையும் துறந்த நல்ல கல்போன்ற உறுதியான மனதுடைய நாணயவாதிகளாகவும், வேறு தொல்லை யில்லாதவர்களாயும் இருக்கவேண்டும். அவர்களுடைய முதல் வேலை பெரியாரைப் பேணுதல், பெரியார் செல்லுமிடங்களுக்கெல்லாம் சென்று இயக்க மக்களை அறிமுகம் செய்து கொள்ள வேண்டியதும் இயக்க புத்தகங்களைப் படிக்கவும், எழுதவும், நன்றாப் பேசவும் தெரிந்து கொள்ள வேண்டும். வீடுதோறும் இயக்கப் புத்தகங்களும் 'குடியரசும்' இருக்கும்படியாகச் செய்து அவற்றை நடத்தும் சக்திபெற வேண்டும். இந்நிலையில் சுயமரியாதை இயக்கம் இருக்கிறது. பெண்களே சிந்தியுங்கள்!" என்று மணியம்மையார் அவ்வறிக்கையில் கூறியிருந்தார்.

இயக்கத்திற்குள் தனக்கெதிரான போக்கு வருவதைக் கண்ட பெரியார். மணியம்மையாரைத் தவிர வேறு யாரையும் நம்பக் கூடாது என்ற முடிவிற்கு வந்தார்.

கட்சியின் சொத்துக்களுக்கு ஒரு டிரஸ்ட் ஏற்படுத்தி மணியம்மையாரை தனது வாரிசாக்குவது என்றும், அதற்கு அவரைச் சட்டப்படி திருமணம் செய்தாக வேண்டும் என்றும் முடிவெடுத்தார். இம்முடிவை மணியம்மையாருடன் பரிசீலித்து இருவர் முடிவும் ஒன்றாக இருக்கவே திருமணம் செய்வதென்பது முடிவாயிற்று.

பெரியார் திருமணம் செய்து கொள்ளப்போகும் முடிவு பலருக்கும் தெரிந்தவுடன் அவ்வாறு செய்ய வேண்டாம் எனக் கேட்டுக்கொண்டு அவருக்கு ஏராளமான கடிதங்கள் வந்தன. என்றாலும் பெரியார் தனது முடிவில் உறுதியாக இருந்தார்.

1949ஆம் ஆண்டு ஜூலை மாதம் 9ஆம் தேதி பெரியார்-மணியம்மை திருமணம் சட்டப்படி சென்னையில் பதிவு செய்யப் பட்டது. அப்போது பெரியாருக்கு வயது 70 மணியம்மையாருக்கு வயது 31.

மேலோட்டமாகப் பார்க்கும்போது இது ஒரு பொருந்தாத் திருமணமாகவும், கொள்கை விரோதத் திருமணமாகவும், தேவையற்ற திருமணமாகவும் தோன்றும், ஆனால் சரியான கொள்கைக் கண்கொண்டு நோக்கின் இக்குற்றங்கள் சரியல்ல என்பது தெளிவாகும்.

நான் பெண்ணுரிமை பற்றி பெரியார் கூறிய கருத்துக்களைத் தொகுத்து 25 பக்கங்களில் இதற்குமுன் கூறியுள்ளேன். அதில் பெரியார் வலியுறுத்தும் ஒரு முக்கிய கொள்கை பெண்களுக்கு முழுச் சுதந்திரம் வேண்டும் என்றால் பிள்ளை பெறக்கூடாது என்பது! அப்படியொரு முழுச் சுதந்திரத்தை வேண்டிய, கொள்கை வயப்பட்ட பெண் மணியம்மை. எனவே, 70 வயதில் ஒரு கிழவரை மணந்து வாழ்க்கையைப் பாழடித்துக் கொண்டோமே என்ற உணர்வு அவருக்கு வர வாய்ப்பில்லை.

இரண்டாவதாக பெரியார்-மணியம்மை திருமணம் என்பது வழக்கில் பலரும் செய்துகொள்ளும் திருமணத்தைப் போன்றதோ, அல்லது அவர்களுக்குள்ள நோக்குடையதோ அன்று. பெரியார்- மணியம்மை திருமணம் என்பது ஒரு சட்ட ரீதியான ஏற்பாடு அவ்வளவே!

பெரியாரைப் பொறுப்புடன் பேணவும், துரோகமற்ற வாரிசு கிடைக்கவும், அவரைத் திருமணம் செய்து கொள்வதால் வாழ்வு பாழாகி விட்டது என்ற உணர்வற்ற ஒரு துணையாக அது அமையவும், அத்துணையும் கொள்கையில் தீவிரப்பற்றுடைய தாகவும் இருக்க வேண்டும் என்னும் போது ஏற்படுத்தப்பட்ட சட்டரீதியான ஒரு ஏற்பாடு என்பதைத் தவிர இது வழக்கமாக எல்லோரும் செய்துகொள்ளும் திருமணமன்று.

மற்றபடி உடலுறவு இச்சைக்காக செய்து கொள்ளப்பட்ட திருமணம் என்று இதைக் கொச்சைப்படுத்த முடியாது. காரணம், நாகம்மையார் மறைந்தவுடனே பெரியாருக்கிருந்த செல்வத்திற்கும் செல்வாக்கிற்கும் போட்டியிட்டு எத்தனையோ இளம் பெண்கள் திருமணம் செய்துகொள்ள முன்வந்தார்கள். ஆனால், பெரியார் திருமணத்தை மறுத்துவிட்டார். உடல் இச்சை உந்துதல் அவருக்கு இருந்திருக்குமானால் அப்போதே அவர் திருமணம் செய்து கொண்டிருப்பார். அவ்வாறு செய்து கொண்டிருப்பினும் அது குற்றமாகக் கூறப்படாமலும் இருந்திருக்கும். எனவே, உடலுறவு வேட்கையின் விளைவுதான் மணியம்மை திருமணம் என்று யாரும் கூற வாய்ப்பே இல்லை. இதை பெரியார் அவர்களே,

''கலவி இச்சைக்காக நான் (என் போன்றோர்) பரிகாரம் தேட வேண்டுமானால் அதற்குத் திருமணம்தான் வழியா? இது சாதாரண ஆஸ்திகர்களுக்கும் அழுக்கு மூட்டை வைதீகர்களுக்கும் கூட விளங்குமே! இயக்க மைனர்களுக்கு (இளைஞர்களுக்கு) விளங்கவில்லையென்றால் யார் நம்புவது? இது பகுத்தறிவு, சீர்திருத்தம் பேசுகின்றவர்களுக்கு விளங்க வில்லையென்றால் இது மெய்யாய் நாணயமாய் இருக்க முடியுமா?

மணியம்மை குழந்தை அல்லவே? பகுத்தறிவும் சீர்திருத்த உணர்ச்சியும், சுயமரியாதை அறிவும்கொண்ட 30 வயதுப் பெண் அல்லவா? அது விஷயம் ஒப்பி ஒரு திருமணம் நடைபெறுகிறது என்றால் இதில் யார் ஏமாற்றி, யார் கட்டாயப்படுத்தி, யார் யாருக்கு பணம் கொடுத்து விலைக்கு வாங்கி அல்லது யார் யாருக்குச் சம்மதமில்லாமல் தூக்கி வந்து செய்து கொள்ளப்பட்ட திருமணம் என்று சொல்லக் கூடும்?'' என்று தெளிவாகவும் திறந்தமனதுடனும் கேட்டார்.

மேலும், பிற்காலத்தில் மணியம்மையார் நடந்து கொண்டதைப் பரிசீலித்தால் இவர்கள் திருமணம் இயக்க நன்மை கருதிய ஒரு ஏற்பாடே என்பது விளங்கும்.

பெரியார் உயிருடன் இருக்கும்வரை நிழல்போல் தொடர்ந்து, அவரைக் கண்ணும் கருத்துமாகப் பாதுகாத்தார்; பணிவிடை செய்தார். அவரது வாழ்க்கையை ஒரு தியாக வாழ்க்கையாகவே வாழ்ந்தார்.

பெரியார், மணியம்மையார் பெயருக்கு எழுதி வைத்திருந்த பெரியாரின் சொந்த சொத்துக்களையும், பெரியார் மறைவிற்குப் பின் மணியம்மையார் இயக்கத்திற்கே கொடுத்து விட்டார்.

ஆனால், அண்ணாவிற்கும் பெரியாருக்கும் நீண்ட காலமாக முற்றிப் பழுத்திருந்த கருத்து வேறுபாடு வெட்ட வெளிச்சமாக்கப்பட இத்திருமணம் ஒரு காரணமாக அண்ணா அவர்களால் பயன்படுத்தப்பட்டது.

பிரிந்து போக விரும்பியவர்களுக்கு இது ஒரு வாய்ப்பாக அமையவே, பெரியார் திருமணத்தை எதிர்த்து, அண்ணாவின் தலைமையில் பிரிந்து சென்று 'திராவிட முன்னேற்றக் கழகம்' என்ற அமைப்பை ஏற்படுத்தினர். அது அரசியல் கட்சியாகவும், தேர்தலில் பங்குபெறும் கட்சியாகவும் உருவாக்கப்பட்டது.

அண்ணா பிரிந்து செல்லும்போது, ''கண்ணீர்த் துளிகளுடன் வெளி யேறுகிறோம்'' என்று அறிக்கை விட்டார். ''கண்ணீர்த் துளிப்பசங்க போகட்டும்'' என்று பெரியார் பதில் அறிக்கை விட்டார்.

இப்பிளவு தமிழக வரலாற்றில் பெரும் திருப்பு முனையை உருவாக்கிற்று.

18
கடவுள்

அண்ணா, திராவிடர் கழகத்திலிருந்து பிரிந்து போனாலும், பெரியார் திராவிடர் கழகத்தை உறுதியுடன் தொடர்ந்து நடத்தினார். இழிவும், ஏற்றத்தாழ்விற்கும், சுயமரியாதை இழப்பதற்கும் காரணமான கடவுள், புராணம், சாஸ்திரம், மதம் இவைகளைக் கடுமையாக எதிர்த்துப் பிரச்சாரம் செய்தார். அப்பிரச்சாரம் உணர்வு பூர்வமாய் மட்டுமின்றி அறிவு பூர்வமாயும் இருந்தது.

தீவிரமான கடவுள் நம்பிக்கையுள்ள ஒரு குடும்பத்தில் பிறந்த பெரியார், தன்னுடைய வாழ்வின் முற்பகுதியில் கடவுள் நம்பிக்கையுள்ளவராகக் காணப் பட்டபோதிலும், தன்னுடைய பகுத்தறிவால், காலங்கால மாகச் சிந்தித்து, மூடநம்பிக்கைகளை ஒழித்துக்கொண்டே வந்தார். இறுதியில் கடவுள் இல்லை என்பதையும் தன் அறிவு நுட்பத்தால் தெளிந்து அதை பிறருக்கும் எடுத்துக் கூறினார். ஆக பெரியாரின் வாழ்வில் கடவுள் நம்பிக்கை என்பதும், கடவுள் இல்லையென்றதும் ஒரு பரிணாம வளர்ச்சியே தவிர முரண்பாடல்ல.

கடவுள் இல்லையென்பதையும், கடவுள் நம்பிக் கையால் ஏற்படும் சீரழிவையும் நுட்பமாக ஆய்வு செய்து பெரியார் விளக்கியுள்ளார். அவருடைய ஆய்வு அறிவு பூர்வமானது. பிடிவாதமோ, விதண்டாவாதமோ அவரிடம் இல்லை.

இவர்தான் பெரியார்

உண்மையைக் காணவேண்டும் என்ற உணர்வோடும், சரியானதையே ஏற்கவேண்டும் என்ற முடிவோடும், சமுதாயப் பொறுப்போடும் கடவுள் உண்டா? என்ற ஆய்வை பெரியார் நிகழ்த்தி, அதன் முடிவுகளை உலகிற்கும் எடுத்துக்கூறினார்.

கடவுள் நம்பிக்கை எவ்வளவு முட்டாள்தனமானது. அதை நம்புகிறவர்கள் எவ்வளவு உயர்ந்தவராயினும் எப்படி குழம்பிப் போய் சிந்தனையற்று உள்ளனர் என்பதை காந்தியின் கடவுள் நம்பிக்கையை விவாதித்து பெரியார் தெளிவுபடுத்தினார்.

கடவுளைப்பற்றி ''யங் இந்தியா'' பத்திரிகையில் காந்தியார் எழுதியுள்ளவை:

★ கடவுளைத் தவிர மற்றதெல்லாம் நிச்சயமற்றவை.

★ சத்தியம்தான் கடவுள்.

★ துன்பத்தை சகித்துக்கொண்டு பொறுமையாய் இருப்பது தான் கடவுள்

★ கடவுள் அயோக்கியர்களை எச்சரித்து அவர்கள் தமக்குத் தாமே கேடு விளைவித்துக் கொள்ளும்படி செய்து விடுகிறார்.

''கடவுள் இருக்கும் பட்சத்தில் ஏன் உலகில் சத்தியம் நிலை நாட்டப்படவில்லை?''

''தனது சர்வ வல்லமையைப் பயன்படுத்தி கொடியவர்களை ஏன் தடுக்கக் கூடாது?''

''அயோக்கியர்கள் அனுமதிக்கப்படுவார்களானால் கடவுள் யோக்கியதை என்பதுதான் என்ன?''

இந்தக் கேள்விகளெல்லாம் வழக்கமானவை; பழமையானவை, நான் சொல்லக்கூடிய பதில் ஒன்றும் இல்லை. ஆனால் நான் ஏன் கடவுளை நம்புகிறேன் என்றால்,

விவரித்துச் சொல்லமுடியாத ஒரு மறைவான சக்தியிருக்கிறது என்பதை என்னால் காண முடியவில்லை. ஆனாலும், ஒருவாறு உணருகிறேன். ஆனால் என்னால் எவ்வகையிலும் நிரூபிக்க முடியாமல் இருக்கிறது. காரணம் அது எனது புலன்களின் சக்திக்கு மீறியதாய் இருக்கிறது.

ஒரு சாதாரண மனிதனுக்கு ஆளுகின்ற அரசனை யார் என்று தெரியாதபோதிலும், ஒரு அரசன் இருக்க வேண்டும் என்பது மாத்திரம் அவனுக்குத் தெரியும். அதைப்போல், நம் போன்றோருக்கு மகா பெரிய

சங்கதியான கடவுள்பற்றி புலப்படுவது சாத்தியமல்ல என்றாலும் இவ்வுலகத்தைப் படைத்து ஆட்சி செலுத்தும் கடவுளை நாம் மறுக்க முடியாது. அதை நான் அறிகிறேன்.

மொத்தத்தில், தெய்வீகமான சட்டம் ஒன்று இருக்கிறது என்பதை மறுக்காமல் ஏற்றுக்கொண்டு, அதற்குப் பணிந்து நடந்தால் வாழ்வு சுலபமாகிவிடும்.

கடவுளை உணர விரும்புபவன் உறுதியான நம்பிக்கை கொண்டால்தான் முடியும். அந்த நம்பிக்கைக்கு வெளி ஆதாரங்கள் தேடப் புறப்பட்டால் அது முடியாத காரியமாகிவிடும்.

கடைசியாக, மேற்கண்ட கேள்விகளுக்கு ஒழுங்கான முறையில் காரணங்காட்டி, திருப்தியான பதிலளிக்க நியாயங்கள் ஒன்றும் என்னிடம் இல்லை என்று ஒப்புக்கொள்கிறேன்.

கடவுள் ஆராய்ச்சிக்கு எட்டாதது, எனவே, அவ்வாராய்ச்சியில் புகவேண்டாம் என்பதே என் கருத்து. உலகத்திலுள்ள கெடுதி களுக்கும், கொடுமைகளுக்கும் அறிவினால் காரணம் காட்ட முடியாது. ஆனால், கெடுதிகள் இருப்பதையும், அதன் தன்மை அறிய முடியாதது என்பதையும் நான் ஒப்புக் கொள்கிறேன்.

கடவுள் பொறுமையுள்ளவர் என்பதன் காரணமே, அவர் கொடுத்த உலகில் கெடுதலை அனுமதிப்பதுதான். ஆனால் உலகில் ஏதாவது கெடுதியிருந்தால் அதற்கு அவரே கர்த்தா? ஆனால் அவருக்கு அதில் சம்பந்தமில்லை" என்று கூறினார் காந்தி.

ஒரு 'மகாத்மா', ஓர் உயர்ந்த மனிதர் கடவுள் பற்றி விளக்கம் எழுதுகிறார். அதில் ஏதாவது தெளிவு இருக்கிறதா? காரணம் அவரிடமே தெளிவு இல்லை. ஆக கடவுளை நம்புகிறவர், போதிக்கிறவர் யாராய் இருந்தாலும், தானும் குழம்பி பிறரையும் குழப்புகிறவர்கள்தான் என்பதும், அறிவிற்கு வேலை கொடுக்காமல் அப்படியே நம்புகிறவர்கள்தான் என்பதும் தெளிவாகிறது.

இதை பெரியார் அவர்கள் தெளிவாக விளக்குகிறார்கள். அது காந்திக்கு மட்டும் அளிக்கும் பதில் அல்ல, கடவுள் நம்பிக்கையாளர்கள் அனைவருக்குமே பதிலாகும். கீழே படியுங்கள்.

"காந்தி கூறியிருக்கும் விளக்கங்களில் மேற்கண்ட கேள்வி களுக்கு ஏதாவது பதில் இருக்கிறதா என்பதை சிந்தித்துப் பாருங்கள்.

மேற்கண்ட கேள்விகளை எப்படி பழைய கேள்விகள் என்றாரோ அவ்வாறே அவரது பதிலும் பழையதுதான். அதாவது,

"கடவுளை அறிவது அசாத்தியம்."

"அசாத்திய காரியத்தில் நுழையாமல் இருப்பது நல்லது."

"கடவுள் நம்பினால்தான் உண்டு."

"அதுவும் உறுதியான நம்பிக்கையிருந்தால்தான் முடியும்" என்பன போன்ற சமாதானங்கள் பழமையானவையே.

பாமரனுக்கு அரசன் என்பது தெரியாததுபோல, அவருக்கு கடவுள் என்பதும் தெரியவில்லையாம். இது எவ்வளவு அசட்டுத் தனமான சமாதானம்? அரசனை முயன்றால் பார்த்துவிடலாம். கடவுளை எவ்வளவு முயன்றாலும் பார்க்கமுடியுமா?

கடவுள் இருக்கிறார் என்று வைத்துக் கொண்டால் எப்படி வாழ்க்கை எளிமையாகும்? கடவுளை வணங்குகிறவன் வாழ்க்கையெல்லாம் சுமையற்றதாக - இடர்அற்றதாக இருக்கிறதா? அப்படியென்றால் உலகில் 99 சதவீதம் மக்கள் வாழ்க்கை சுமையற்றதாக அல்லவா இருக்கவேண்டும்? இல்லையே! கடவுள் நம்பிக்கையால் பொறுப்பற்றதாக அல்லவா அவர்கள் வாழ்க்கை இருக்கிறது?

கொடுமைகளைக் கடவுளே அனுமதிப்பதால் அவர் பொறுமை சாலியாம்! கொடுமைகளை அனுமதிக்கின்றதற்குப் பெயர் கடவுளா?

கடவுளிடம் கெட்ட குணம் இல்லையாம். ஆனால் கெடுதிகளுக்கு அவரே காரணமாம்-கர்த்தாவாம்! இதில் ஏதாவது அர்த்தம் இருக்கிறதா? என்று கேட்கிறார் பெரியார்.

பெரியார் கேட்பது நியாயம்தானே!

ஒருவனிடம் கொலை செய்யும் எண்ணம் இல்லை. ஆனால், கொலைகளுக்கெல்லாம் அவன்தான் காரணம் என்றால் அது எவ்வளவு பைத்தியக்காரத்தனமான பினாத்தலோ அதை விட பெரிய பினாத்தல் அல்லவா காந்தியின் பினாத்தல்?

எனவே,

"உலகில் மிகப்பெரிய மேதாவியில் ஒருவரும், எப்பொழுதும் கடவுள் பெயரையே உச்சரிப்பவரும், அடிக்கடி கடவுளை உணர்ந்து அதன்

பயனை அனுபவிப்பவருமான காந்தியே கடவுளைப்பற்றி சொல்லுவது இதுவானால், கடவுளைச் சொல்லி வயிறு வளர்ப்பவர்களிடம் என்ன எதிர்பார்க்க முடியும்?

அதுமட்டுமல்ல, கடவுளைப்பற்றி கூறுகின்ற அனைவரும் கடவுள் பெயரற்றவர், உருவம் அற்றவர், குணமற்றவர், மனதிற் கெட்டாதவர், புலன்களுக்குப் புலப்படாதவர் என்று கூறும்போது, அக்கடவுள் உண்டா இல்லையா என்று ஆராய்வது அர்த்தமற்றது.

ஆகாயத்தில் ஒரு கோட்டையிருப்பதாக வைத்துக் கொண்டு, அதற்கு ஜன்னல் எவ்வளவு? கதவு எவ்வளவு என்று வாதிடுவதைப் போன்றது. அவ்வாறு ஆராய்வதும் முட்டாள்தனமானது'' என்று காந்தியின் கடவுள் விளக்கத்தை எள்ளி நகையாடி ஓரம் ஒதுக்கினார் பெரியார். மேலும்,

''கடவுள் விஷயத்தைப் பொறுத்தவரை நாம் கவலைப்படுவது ஏனென்றால், கடவுள் இருக்கிறார் என்று ஒருவன் ஒப்புக் கொள்வதன் மூலம் அவனுடைய அறிவு வளர்ச்சியும், முயற்சியும் கெட்டுப்போய், பொருள் விரயமும், பொழுது விரயமும் ஏற்பட்டு அடிமைத்தன ஆமோதிப்பும், சோம்பேறித்தனமும் ஏற்பட்டுவிடக்கூடாது என்பதற்காகவே.''

''மனிதன் பிறந்து வளர்ந்து சிந்திக்கத் தலைப்பட்ட பின்தான் கடவுள் என்ற எண்ணம் ஏற்பட்டிருக்க முடியும். அதை யாரும் மறுக்க முடியாது. பசி, காமம் போன்று இயற்கையாய் ஏற்படும் உணர்வல்ல கடவுள் நம்பிக்கையும் கடவுள் சிந்தனையும்.''

''நம் நாட்டைப் பொறுத்தவரை ஆரம்பகாலத்தில் பூமி, மலை, காற்று, நெருப்பு, நதி, சூரியன், சந்திரன், நட்சத்திரம், மழை, இடி, மின்னல், மேகம், நோய் மற்றும் அது தீர்க்க உதவுபவை என்பனவே கடவுளாகக் கருதப்பட்டன-அதுவும் ஆரியர்களால்.

''தமிழர்களைப் பொறுத்தவரை, குலமுன்னோர், வீரர்கள், உயர்ந்த பெண்கள், தலைவர்கள் இவர்களையே நடுகல் நட்டு வணங்கியுள்ளனர். மற்றபடி எந்தக் கடவுள் நம்பிக்கையும் தமிழர்களிடம் இல்லை. மற்ற கடவுள் வழிபாடெல்லாம் ஆரியக் கலாச்சாரக் கலப்பாலும், காலாவட்டத்தில் பிறர் தொடர்பாலும் ஏற்பட்டவை.''

''கடவுள் என்பதைக் குறிக்கக்கூடிய தனிச் சொல்லே தமிழில் இல்லை. கடவுள் நம்பிக்கை தமிழனுக்கு இருந்திருக்குமானால் அதைக் குறிக்கும் தனிச்சொல் தமிழில் இருந்திருக்கும். எனவே, ஆதியில் தமிழரிடம் கடவுள் நம்பிக்கை இல்லை.''

"தன்னால் போகமுடியாத இடமெல்லாம் கடவுள் இருப்பதாக மனிதன் நம்பினான். உதாரணமாக இமயமலை உச்சியில் சிவன் இருப்பதாக நம்பினான்."

"காரண காரியம் முதலிய விவரங்கள் கண்டுபிடிக்க முடியாதவைகளை கடவுள் செயல், கடவுள் சக்தி என்று கருதினர். அது நாளுக்குநாள் அறிவு வளர்ச்சியும், ஆராய்ச்சியும் முதிர முதிர மறைந்து வருகிறது."

"ஒருவருக்கு கடவுள் சக்தியாக தோன்றுபவை மற்றவருக்கு கடவுள் சக்தியென்று தோன்றுவதில்லை. அது அவ்விருவரின் அறிவு, ஆராய்ச்சி ஆகியவற்றின் வேறுபாடேயாகும்."

"பூரண அறிவும் ஆராய்ச்சி முடிவும் ஏற்படும்வரை கடவுள் உணர்ச்சி நம்மைவிட்டு அகலாது. கஷ்டப்பட்டு ஏமாற்றம் அடைந்த வனுக்கும், ஈடுசெய்யமுடியாத நஷ்டம் அடைந்தவனுக்கும் கடவுள் செயல் என்று சொல்லித்தான் ஆறுதலையும், திருப்தியையும் அடைய வேண்டியதிருக்கிறது-காரணம் அவனது சிந்தனை முதிர்ச்சி அவ்வளவுதான்."

"கொஞ்ச காலத்திற்கு முன் அநேக விஷயங்களை கடவுள் செயல் என்று எண்ணிவந்த மக்கள், அறிவியல் ஆராய்ச்சி ஏற்பட்டபிறகு அவ்வெண்ணத்தை மாற்றிக் கொண்டு, அநேக விஷயங்களை மனிதன் செயல் என்று சொல்லும் துணிவு பெற்று விட்டனர். அம்மையும், காலராவும் கடவுள் செயல் என்று எண்ணியவர்கள். இன்றைக்கு அது சுகாதாரக் கேட்டால் வரும் நோய் என்று உணரவும், சொல்லவும் துணிந்துவிட்டனர்."

"தன் புத்திக்கு எட்டாததை தனக்குத் தெரியவில்லையென்று கண்ணியமாய் ஒப்புக்கொள்ள மனிதன் விரும்புவ தில்லை. ஆகவே அவன் அறிவுக்கு எட்டாதவற்றை கடவுள் என்று சொல்லிவிடுகிறான்."

"சிலர் கடவுள் இல்லையென்ற உண்மையுணர்ந்தும், சுயநலம் மற்றும் மூடப்பிடிவாதம் காரணமாக, தங்களுக்கே புரியாதவற்றைப் பேசி பாமர மக்களை மயக்கிக் கொண்டிருப்பார்கள். ஏனென்றால் மக்களுக்கு கடவுள் நம்பிக்கையிருப்பதாலேயே அவர்கள் பிழைக்கக் கூடியவர்களாய் இருப்பதால் தான்."

"கடவுள் உண்டு என்பதற்கு காரணம் சொல்லும் போது, உலக உற்பத்திக்கு ஒரு ஆதாரம் வேண்டாமா? என்று கேட்டுவிட்டு, கடவுள் உலகத்தை உண்டாக்கினார் என்று சொல்லிவிட்டு முதல் நாள் இதை

உண்டாக்கினார், அடுத்த நாள் இன்னொன்றை உண்டாக்கினார் என்று கூறி உலக படைப்பு கடவுளால் என்று எல்லா மதங்களும் கூறுகின்றன.''

சர்வ சக்தியும் சர்வ தயாபரத் தன்மையுங்கொண்ட கடவுள் உலகத்தைப் படைத்திருந்தால் உலகத்துக்கு தீமையை ஏன் சிருஷ்டித்தார்?

விஷப்பூச்சி, விஷக்கிருமி, விஷரோகம், தரித்திரம், துன்பம், கொலைத் தொழில், கொள்ளைத் தொழில், திருட்டு, பொய், வஞ்சகம், விபச்சாரம், கஷ்டமான வேலை, அடிமைத் தனம், கொடுங்கோல் ஆட்சி, இராஜத் துரோகப் பிரஜைகள், கடவுளை மறுப்பது, வைவது முதலிய தீமைகளை ஏன் சிருஷ்டித்தார் - படைத்தார்? இவற்றால் கடவுளுக்கு என்ன லாபம்?

நல்ல மனிதன், கெட்ட மனிதன் என்று சொல்ல முடியாத குழந்தைகள், மற்ற ஜீவன்கள் ஆகியவைகளும், துன்பம் அடையும்படி ஏன் செய்தார்?

பூகம்பம், எரிமலை வெடிப்பு, புயல்காற்று, கடுமழை ஆகிய காரியங்களை ஏன் படைத்தார்?

கெட்ட மனிதர்கள் துன்பம் அனுபவிக்க என்று சொல்லப் படுமானால், கெட்ட மனிதர்களை ஏன்படைத்தார்?

இதற்கெல்லாம் கடவுளை நம்புகிறவர்கள் பதில் என்ன?'' என்று ஆழமாகச் சிந்தித்து ஆணித்தரமான கேள்விகளை வைத்தார் பெரியார்.

''கடவுள் என்ற வார்த்தை கற்பிக்கப்பட்டு பல ஆயிரக் கணக்கான வருஷங்கள் ஆகியிருந்தபோதிலும், கடவுள் என்பது இன்னது என்று குறிப்பாக குளறுபடியில்லாமல் தெளிவுபட உணர்த்தியவர்களோ, உணர்ந்தவர்களோ இதுவரை இல்லை.''

''கடவுள் என்பது சர்வ வல்லமையும், சர்வ வியாபகமும், சர்வ சக்தியும் கொண்ட ஒரு ஒப்பற்ற தனிப் பொருளென்று சொல்லப்பட்டு விடும். உடனே அது கண்ணுக்குத் தெரியாதது என்றும், மனதிற்குத் தோன்றாதது என்றும் சொல்லுவதோடு அல்லாமல், அதற்கு உருவம் இல்லையென்றும், குணம் இல்லையென்றும், இன்ன தன்மையது என்று விளக்க முடியாதது என்று சொல்லப்படுகிறது.

மற்றொரு சாரார், ''கடவுளைப் பார்க்காவிட்டாலும், உணராவிட்டாலும், உலகப் படைப்புக்கும் நடப்புக்கும் ஏதாவது ஒரு கர்த்தாவோ, காரணமோ இருக்க வேண்டாமா? அப்படிப் பட்ட கர்த்தா, காரணம்தான் கடவுள்'' என்று சொல்லுகின்றனர்.

இன்னொரு சாரார், ''இயற்கையே-அழகே, அன்பே-சத்தியமே கடவுள்'' என்றும் இன்னும் பலவாறாக சொல்லுகிறார்கள்.

ஆனால், நம் நாட்டில் கடவுளுக்கு மனித உருவம் கற்பித்து, சாதாரண மனித வாழ்க்கையிலுள்ளது போல மனைவி, பிள்ளை முதலியவைகளைக் கற்பித்து, செல்வனுக்குள்ள குணங்களையும், சுகபோகங்களையும் கற்பித்து, அதற்குக் கோயில், பூசை, உற்சவம், கலியாணம், சாந்திமுகூர்த்தம் முதலியவைகளைக் கற்பித்து, வணக்கத்திற்காக- பூசைக்காக - என்று கோடானு கோடி ரூபாய்களை செலவு செய்தும் மக்களை அதுவும் ஏழை மக்களை வாட்டி வளைவெடுத்து தொல்லைப்படுத்தியும் வருகிறார்கள்.

இப்படி இன்னும் பலவிதமாய்ச் சொல்லப்படும் அர்த்தமற்ற, கேலிக்கும் முட்டாள்தனத்திற்கும் இடமான கருத்துக்களும் மற்றும் பாமர மக்களை தந்திரக்காரர்கள் ஏமாற்றுவதற்கான முறைகள் கொண்ட கருத்துக்களும் இன்று நேற்று அல்ல வெகுகாலமாக இருந்துவருகின்றன.

கடவுள் என்பது அர்த்தமும் குறிப்பும் அற்ற வார்த்தையாய் இருந்துவந்தபோதிலும் 100க்கு 99 பேரை பிடித்து தன் வயப்படுத்தி மடமையாக்கி ஆதிக்கம் செலுத்தி வருகின்றது'' என்று மிக்கக் கவலையுடன் கடவுள் பற்றிய பிரச்சனையை அணுகினார் பெரியார்.

''கடவுளை வணங்குவதற்கென்று கடவுளாலேயே மனிதன் படைக்கப்பட்டிருப்பானேயானால் கடவுள் இழிதன்மைக்கு வேறு என்ன சாட்சியம் வேண்டும்?

தன்னை ஒரு மனிதன் வணங்கவேண்டும் என்று ஒரு மனிதன் நினைத்தானேயானால், அவனை நாம் எவ்வளவு அயோக்கியன் என்றும் ஆணவக்காரன் என்றும் இழிகுணம் படைத்தவனென்றும் ஈனன் என்றும் சொல்லுகின்றோமே, அப்படி யிருக்க கடவுள் என்று சொல்லப்பட்டவர் தன்னை வணங்குவதற்கென்று பல கோடி மக்களைப் படைத்து, அவர்களை பலவிதமான கஷ்டங்களுக்கு ஆளாக்கி வேடிக்கை பார்த்தால் அப்படிப்பட்ட கடவுள் நல்லவர், பெருந்தன்மை உள்ளவர், தயாபரர், கருணாமூர்த்தி, தற்பெருமை இல்லாதவர் என்று எப்படி அறிவுள்ளவன் ஏற்பான்?''

''கடவுள் என்றால் என்ன என்பதை ஒவ்வொரு நம்பிக்கை யாளனும் - மதத்தானும் - ஒவ்வொருவிதமாகச் சொல்கிறான்.

உண்டா இல்லையா என்று முடிவுக்கு வர இயலாதவன் கடவுள் என்கிறார் கம்பர்.

''சீதையின் இடையானது கடவுள்போல் இருந்தது'' என்கிறார். கடவுள் உண்டா இல்லையா என்று சொல்ல முடியாததைப் போன்று, சீதையின் இடையும் உண்டோ இல்லையோ என்று சந்தேகப்படும்படியாய் இருந்தது என்கிறார்.

இந்துக்கள், கடவுளை மனிதனைப் போல கற்பித்துக் கொண்டு, வாகனம், வைப்பாட்டி என்று கடவுளுக்கு உருவாக்குகின்றனர்.

கிறித்தவர்கள் ஒருவிதமாகவும், இஸ்லாமியர்கள் உருவம் இல்லாமலும் வணங்குகிறார்கள். தன் இஷ்டப்படி நடக்கின்றவர்களுக்கு நன்மையளித்து, தன்னை வணங்காத வனுக்கும் தன் இஷ்டப்படி நடக்காதவனுக்கும் கடவுள் தீமையளிக்கும் என்று கடவுளுக்கும் குணம் கற்பிக்கிறார்கள்.

கடவுள் என்பது மனிதன் கற்பித்தது என்பதைத்தானே இவைகள் காட்டுகின்றன?'' என்று கேட்கும் பெரியார்,

''ஆஸ்திகன் என்றால் முழுமூடன், அயோக்கியன், பித்தலாட்டக் காரன், சொல்லுக்கும் செயலுக்கும் சம்பந்தமில்லாத திருட்டுப் பயல் என்றெல்லாம் சொல்லும்படியாகத்தானே நடந்து காட்டுகிறார்கள்.

ஆதலால், கடவுளையும், ஆஸ்திகத் தன்மையையும் ஒழிக்காமல் மனிதத் தன்மையை அடையமுடியாது என்பது எனது கருத்து.

மனிதனுக்கு மனிதன் உயர்வு தாழ்வு, வறுமை, அடிமை, நோய் எல்லாம் கடவுள் செயல் என்றால் அப்படிப்பட்ட கடவுள் ஒழிக்கப்பட வேண்டாமா? அதனால்தான் சுயமரியாதைக்காரர்கள் கடவுளைப்பற்றி பேச வேண்டியுள்ளது.''

''மாட்டுமலம் (சாணி), குதிரை, எருமை, குரங்கு, பெருச்சாளி, கழுகு, காக்காய், பாம்பு, செடி, கல், மண், உலோகம், காகிதம் முதலியவைகளும் மற்றும் பல ஆபாச உருவங்களும் கடவுளாக வணங்கப்படுகின்றன.

கடவுளுக்கு வருஷா வருஷம் கல்யாணம் செய்கிறோமே அது எதற்கு? சாமிக்கு உண்மையிலே பெண்டாட்டி வேண்டியிருந்தால் போன வருஷம் செய்த கல்யாணம் என்ன ஆயிற்று? விவாகரத்து ஆகிவிட்டதா? அல்லது தள்ளி வைக்கப்பட்டுவிட்டதா? அல்லது ஓடிப் போய் விட்டதா? அல்லது முடிவெய்தி விட்டதா? எதற்காக வருஷா வருஷம் கல்யாணம்?

அக்கல்யாணத்திற்கு கொட்டு முழக்கம் ஆடம்பரம் பணச் செலவு ஏன்?

ஒவ்வொரு கடவுளுக்கும் தினம்தினம் எத்தனை தடவை பூஜை? படையல்? ஒவ்வொரு பூஜைக்கும் படையலுக்கும் எத்தனை படி அரிசி, பருப்பு?

கடவுளுக்கு வைப்பாட்டி! வைப்பாட்டி வீட்டிற்கு கடவுளைத் தூக்கிப் போவதற்கு ஒரு விழா? இதைவிடக் கேவலம், மானக்கேடு உண்டா?

கடவுள் பெயரைச் சொல்லிக் கொண்டு, பக்தியை காரணம் காட்டிக்கொண்டு எவ்வளவு முட்டாள்தனமாய் நடந்து கொள்கிறோம்? காவடி எடுத்துக் கூத்தாடுவது, வீதியில் புரள்வது, மொட்டை அடித்துக் கொள்வது, பட்டைபட்டையாய் மண்ணையும் சாம்பலையும் அடித்துக் கொள்வது, உடம்பில் கம்பிகளையும் கத்தியையும் குத்திக்கொள்வது, அழுக்குத் தண்ணீரில் புனிதமாக எண்ணிக் குளிப்பது, சாப்பிடக்கூடிய பால், நெய், தயிர், தேன், பழச்சாறு முதலியவற்றை கல்லின் தலையில் குடங்குடமாய்க் கொட்டி சாக்கடையில் விட்டு வீணடிப்பது இவையெல்லாம் அறிவுக்குகந்த செயலா?

கடவுளுக்கு கோடிக்கணக்கான நகை எதற்கு? பட்டு பீதாம்பரம் எதற்கு? பல லட்சத்தில் மதில் சுவர் எதற்கு? கோடிக்கணக்கில் கோபுரம் எதற்கு? தங்கம் வெள்ளி வாகனம் எதற்கு?

எப்பொழுது நமக்குப் புத்தி வருவது? இதைச் சொன்னால் பார்ப்பனர் நம்மை நாத்திகன் என்கின்றனர். அவர்களது பேச்சைக் கேட்டு, அவர்களது எச்சிலைத்தின்று வயிறு வளர்க்கும் கூலிகள் பேச்சைக் கேட்டு, முட்டாள் ஜனங்கள் மதம் போச்சு, கடவுள் போச்சு என்று கூப்பாடு போடுகிறார்கள்!

நம் நாட்டில் கடவுளுக்கு இருக்கும் செல்வங்களையெல்லாம் கைப்பற்றி, தொழிற்சாலைகள், பள்ளிக்கூடங்கள் ஏற்படுத்தினால், வேலையில்லாத் திண்டாட்டமும் தற்குறித் தன்மையும் குறையும். ஒரு கூட்டம் சோம்பேறியாய் இருந்து வயிறு வளர்க்க மற்ற மக்கள் பாடுபட்டுத் தேடிய செல்வத்தைப் பாழாக்கி இவ்வளவு முட்டாள் தனமாகவா நடந்து கொள்வது?

விஞ்ஞானப் பெருக்கமுள்ள இக்காலத்திலும் நாம் இன்னமும் இப்படி நடந்து கொள்வது காட்டுமிராண்டித் தனமில்லையா?'' என்று கடுமையாகக் கேட்கும் பெரியார்.

''மனித சமுதாயம் ஒற்றுமையாக, ஒழுக்கத்துடன், சமத்துவத்துடன் வாழ, சாந்தியாய் இருக்க ஏதாவது ஒருவிதமான கடவுள் உணர்ச்சி மனிதனுக்கு வேண்டாமா?'' என்று கேட்கின்றவர்களுக்கு கீழ்க்கண்டவாறு பதில் அளித்தார்.

''இவர்கள் கூறுகிறபடி கடவுள் உணர்ச்சியானது மக்கள் சமூகத்தில் ஒழுக்கம், ஒற்றுமை, சமத்துவம், சாந்தி அளிக்கிறதா?

கடவுள் உணர்ச்சி அப்படிப் பயன்பட்டிருந்தால் உலகத்தில் துன்பத்திற்கோ, வஞ்சனைக்கோ இடம் ஏது? இன்று சிறையிலுள்ள கைதிகளில் நாத்திகர்கள் விரல்விட்டு எண்ணக் கூடியவர்களே இருப்பார்கள். மற்றவர்கள் அனைவரும் முழுமையான கடவுள் நம்பிக்கை உடையவர்களே. கடவுள் உணர்ச்சி ஒழுக்கத்திற்கு உதவியிருந்தால் அவர்கள் ஏன் கொடுமை செய்தார்கள்?

நாட்டில் நடக்கின்ற கொடுமைகளில், ஒழுக்கக் கேடுகளில் 99 சதவீதம் ஆத்திகர்கள் செய்வதுதானே?''

''இவர்கள் கற்பிக்கின்ற கடவுள்களிடமே ஒழுக்கம், அன்பு இல்லையே! வைப்பாட்டி வீட்டிற்குச் செல்லும் கடவுள், ரிஷி பத்தினிகளை கற்பழித்த கடவுள், அடுத்த கடவுளின் மனைவியிடம் சென்ற கடவுள் என்ற இப்படிப்பட்ட ஒழுக்கக் கேடான கடவுள்கள் தானே உள்ளனர்?

அன்பு, கருணை ஆகிய குணங்களைக் கொண்ட கடவுள் என்று சொல்லிவிட்டு, ஈட்டி, சூலம், வேல், வில் என்ற ஆயுதங்கள் அதற்கு எதற்கு? அன்பைப் போதித்த அவதாரங்கள் கழுவேற்றி ஆயிரக் கணக்கானவர்களைக் கொன்றது ஏன்?''

''ஜாதி உயர்வு-தாழ்வு, செல்வம்-தரித்திரம், எஜமான்- அடிமை ஆகியவைகளுக்குக் கடவுள்களும் காமமும்தான் காரணம் என்று சொன்னால், கடவுளை ஒழித்தால்தானே அவற்றிலிருந்து விடுதலை கிடைக்கும்?''

''மேடும் பள்ளமும் கடவுள் செயல் என்றால், மேட்டை வெட்டி பள்ளத்தில் போட்டு, சமன் செய்வது கடவுளுக்கு விரோத செயல் அல்லவா?

முகத்திலும், தலையிலும் மயிர் முளைப்பது கடவுள் செயல் என்றால் அவற்றை சிரைத்துக் கொள்வது கடவுள் விரோதம் அல்லவா?

பிச்சைக்காரனுக்கு சோறு போடுவதுகூட நாத்திகச்செயல் தான். கடவுளால் பட்டினி போடப்பட்ட ஒருவனுக்கு நாம் உணவு கொடுப்பது கடவுள் விரோதச் செயல் அல்லவா?

நோயைக் கொடுத்தது கடவுள் செயல் என்றால் அந்த நோயை குணப்படுத்த முயல்வதும், குணப்படுத்துவதும் நாத்திகச் செயல் அல்லவா?'' என்று அறிவுபூர்வமானக் கேள்விகளை கேட்டு கடவுள் கொள்கையின் போலித்தனத்தைப் புலப்படுத்தினார் பெரியார்.

"உண்மையிலே சங்கராச்சாரிக்கு கடவுள் கிடையாது. வேண்டுமானால் கேட்டுப் பாருங்கள். அவர் கடைப்பிடிப்பது மாயா வாதம், பூசுவது திருநீறு, பூசை செய்வது ஒரு பெண் கடவுள். எல்லாம் போலித்தனம்" என்றார் பெரியார்.

"ஆதியும் அந்தமும் (பிறப்பு-இறப்பு) இல்லாதது கடவுள் என்னும்போது கடவுளுக்கு பிறந்தநாள் கொண்டாடுவது ஏன்?"

"சக்தியுள்ள சாமியாய் இருந்தால் அதன் கோயிலுக்கு பூட்டு ஏன்? கோயிலுக்கும் கோபுரத்துக்கும் இடிதாங்கி ஏன்?"

"கடவுள் நம்பிக்கையென்பதே கடைந்தெடுத்த முட்டாளின் அறிகுறியாக ஆகிவிட்டது. கடவுள் என்றால் ஆராய்ச்சியே செய்யக்கூடாது, நம்ப வேண்டும், அப்படியே ஒப்புக் கொள்ள வேண்டும் என்றாகிவிட்டது.

கடவுள் என்றால் என்ன? அதன் சக்தி என்ன? பொறுப்பு என்ன? என்பன போன்ற பல விஷயங்களில் ஒரு விஷயத்தைக் கூட தெளிவாகத் தெரிந்துகொண்டவன் எவனும் கடவுளை நம்பக்கூடியவனில் இல்லை; அறவே இல்லையில்லையென்று சவால்விட்டுக் கூறுவேன்.

நான் 60-70 ஆண்டுகளாகச் சிந்தித்துச் சிந்தித்து அறிவியல், ஆராய்ச்சி அனுபவத்தில் கண்டுகொண்ட உறுதியினால் கூறுகிறேன். இவ்விஷயங்களில் மக்களுக்கு விஷயம் தெரியாது என்று சொல்வதற்கு இல்லாமல், தெரிந்து கொண்டிருப்பது குழப்பமானதும், இரட்டை மனப்பான்மை கொண்டதுமாக இருப்பதால் மனிதனுக்கு இவ்விஷயத்தில் அறிவு பெற இஷ்டமில்லாமல் போய்விட்டது."

"கடவுள் நம்பிக்கைக்காரன் ஒருவன் நான் சாதியை ஒழிக்கப் பாடுபடுகிறேன் என்றால் அதில் அறிவுடைமையோ, உண்மையோ இருக்க முடியாது.

கடவுள் இல்லாமல் எப்படி சாதி வந்தது?

மத நம்பிக்கையுள்ளவன் சாதியை ஒழிக்கிறேன் என்று சொல்ல முடியுமா?

மதம் இல்லாமல் எப்படி சாதி வந்தது?

சாஸ்திர நம்பிக்கைக்காரன் ஒருவன் நான் சாதியை ஒழிக்கிறேன் என்று சொல்ல முடியுமா?

சாஸ்திரம் இல்லாமல் சாதி எப்படி வந்தது?" என்று மூலாதாரத்தை ஆராய்ந்து கேள்வி தொடுத்தார் பெரியார். சாதி ஒழிய கடவுள், மதம், சாஸ்திரம் ஒழிக்கப்பட வேண்டும் என்றார்.

இறப்பும் பிறப்பும் கடவுள் செயலா:

சுமார் 2000 வருடங்களுக்கு முன் இவ்வுலகின் மக்கட்தொகை 20 கோடி, 1500 ஆண்டுகளுக்கு முன் 45 கோடி, 1200 ஆண்டுகளுக்குமுன் 70 கோடி, 1915ல் 165 கோடி, 1954ல் 326 கோடி 1964ல் 350 கோடி.

அதுமட்டுமல்ல 1954ல் மற்ற நாடுகளில் சராசரி ஆயுள் 60-50 வயது; நம் நாட்டில் 37 வருடங்கள். 1964ல் மற்ற நாடுகளில், சராசரி ஆயுள் 60-70வயது; நம் நாட்டில் 50வயது. மேலும் பிறப்பும்-இறப்பும் பெருமளவில் குறைந்துள்ளது.

இவற்றிற்குக் காரணம் கடவுள் செயலா? மனிதனின் அறிவு வளர்ச்சியும் கண்டுபிடிப்புகளும் அல்லவா?

நோய்களால் மக்கள் அதிகம் இறக்காமல் தடுக்கப்பட்டுள்ளனர். காலரா, அம்மை ஆகிய கொள்ளை நோய்கள் அறவே ஒழிக்கப்பட்டு விட்டன. கடவுள் செயல் என்றால் மனிதனால் ஒழிக்க முடியுமா?

பெண்ணுறுப்பு சிறியதாய் இருந்தால் பிள்ளை வெளிவர முடியாமல்போய் பிள்ளை வயிற்றில் தங்கி, தாயும் பிள்ளையும் இறந்து போனது அக்காலத்தில். வயிற்றைக் கிழித்தோ, பெண்ணுறுப்பைக் கிழித்தோ பிள்ளை வெளியில் எடுக்கப்பட்டு தாயும் பிள்ளையும் காப்பாற்றப்படுவது இக்காலம், இரண்டிற்கும் என்ன காரணம். அன்றைக்கு அறியாமை; இன்றைக்கு அறிவியல் வளர்ச்சி. இதில் கடவுள் பங்கு என்ன?

ஆக பிறப்பிற்கும் இறப்பிற்கும் கடவுள் பங்கு என்ன? ஒன்றுமில்லையே!'' என்றார் பெரியார்.

"கடவுள் கடவுள்சார்ந்த கதைகள், கடவுள், மதம் இரண்டையும் சம்பந்தப்படுத்தி எழுதப்பட்ட ஆதாரங்கள் இவையெல்லாம் சேர்ந்து நம் பகுத்தறிவைக் கெடுத்து, பகுத்தறிவின் பயனை, உயர்வை அடையமுடியாமல் செய்துவிட்டன.

ஏன் இப்படிச் சொல்கிறேன் என்றால் கடவுள் என்பது பகுத்தறிவைக் கொண்டு பார்க்கக்கூடாது, அது அறிவிற்கு எட்டாதது, அறிவைக் கொண்டு சிந்திக்காமல் ஏற்றுக் கொள்ள வேண்டும் என்றால் அது பகுத்தறிவைப் பாழ்படுத்தும் செயல்தானே! என்று கடவுளின் மூலம் அறிவு மழுங்குவதை, முடக்கப்படுவதை விளக்கினார்.

"கடவுளை உண்டாக்கியவன். என்னவோ ஒன்று இருக்கும் என்றுதான் உண்டாக்கினான். அதன்பின் வந்தவன் வேண்டு மென்றே ஆத்மாவை உண்டாக்கினான். கடவுள் கற்பனைக்கு இன்னொரு சரியான கற்பனை பிசாசுதான்.''

"கடவுள் பைத்தியம் (கடவுள் உண்டு என்ற அறியாமை) நீங்கினால் ஒழிய மனித சமுதாயம் அடைய வேண்டிய முன்னேற்றத்தை அடைய முடியாது.

கடவுள் என்று ஒன்று இல்லை. யாவும் மனிதனாலும் இயற்கை நியதியாலும் ஆனவைதானே ஒழிய வேறில்லை.''

''சர்வசக்தியுள்ள கடவுள் என்பது பகுத்தறிவுள்ள மனிதனால் புரிந்துகொள்ள முடியாததாய் ஏன் இருக்க வேண்டும்?- அதன் அவசியம் என்ன? என்பதைப்பற்றி மனிதன் சிந்திக்க வேண்டாமா?

சர்வசக்தியுள்ள ஒரு கடவுள் இருந்தால் கடவுள் இல்லை என்று கருதியிருப்பவர்களும், கடவுளைப் புரிந்து கொள்ள முடியாதவர் களுமான மனிதர்களை ஏன் படைக்க வேண்டும்?

கடவுள் மனித வாழ்வில் எந்த வகையில் மனிதனுக்கு பயன்படுகிறார்?

ஒரு சர்வ சக்தியுள்ள கடவுள் படைப்பில் ஜீவராசிகளுக்கு பிறப்பு இறப்பு எதற்காக இருக்க வேண்டும்? நன்மை, தீமை, இன்ப துன்பம் எதற்காக இருக்க வேண்டும்? திருப்தி கவலை எதற்காக இருக்க வேண்டும்? இம்சை சுகம் எதற்காக இருக்க வேண்டும்? இவற்றால் உலகில் யாருக்கு என்ன நன்மை? அல்லது இவற்றிற்கு என்ன தேவை?

''தமிழர்களுக்கு-திராவிடர்களுக்கு கடவுள் கிடையாது. திராவிடர்கள்-தமிழர்கள் வணங்கும் கடவுள்கள் அவ்வளவும் ஆரியர்கள் கற்பித்த கடவுளேயாகும்.''

''இன்றைக்கு நான் கடவுளை நம்புகிறவர்களைக் கேட்கிறேன்- ரூபாய் பதினாயிரம் பந்தயம் கட்டிக் கேட்கிறேன்.

சர்வ வல்லமையும் உள்ள கடவுள் என்பதாக ஒன்று இருக்கிறது; அது சர்வசக்தி, சர்வவல்லமை உடையது என்பதை நான் என் மனம், மொழி, செய்கையால் நம்புகிறேன்; அதற்கேற்பவே நடந்து கொள்கிறேன் என்று யாராவது ஒருவர் சொல்லட்டும்; சொல்ல முன்வந்து தன் நடத்தையைக் கொண்டு மெய்ப்பித்துக் காட்டட்டுமே பார்க்கிறேன். யோக்கியமுள்ள யார் வேண்டுமானாலும் வரட்டும்.''

''நாம் உண்டாக்கி, நாமே கோயில் அமைத்து, நாமே கோயிலுள் வைத்த கடவுள், நம்மை தாழ்ந்த சாதியாகப் படைத்தான் என்று எவனோ சொன்னதைக் கேட்டுக் கொண்டு, நம்மை நாமே இழிவாய் நினைத்துக் கொண்டு, கடவுளை நாம் தொடவும்கூடாது, நெருங்கவும்கூடாது என்று நம்பி எட்டி நிற்கிறோமே, இது இழிவு இல்லையா - கேவலம் இல்லையா?''

''இன்று காலம் மாறிவிட்டது. அறிவின் தன்மை, அனுபவத்தின் தன்மை மாறிவிட்டது. அப்படியிருக்க 4000 ஆண்டுகளுக்கு முற்பட்ட கடவுள் மதம், சாஸ்திரம் என்று சொல்லும்படியானவைகளை இந்த இருபதாம் நூற்றாண்டில் ஏற்க வேண்டுமா?

நம் கடவுளிடம் இல்லாத அயோக்கியத்தனங்கள் வேறு எந்தக் கடவுளிடமாவது உள்ளனவா? நம் மதத்தில் இல்லாத காட்டுமிராண்டித் தனங்கள் வேறு யாரிடமாவது உள்ளனவா?''

''உண்மையிலே யாரும் அறியமுடியாத கடவுள் ஒன்று இருந்தால், பக்தி செலுத்துகின்றவனைக் காட்டிலும், அன்பு, அறிவு உண்மை ஆகியவைகளுடன் நடக்கின்றவனுக்கே கருணை காட்டுவார் என்று உறுதியுடன் கூறுவேன்.''

''சித்தர்களும், வேதாந்திகளும் உலகும், மனிதனும், எண்ணங் களும் மாயையே என்கின்றனர். அப்படியென்றால் கடவுள் உண்டு என்ற எண்ணமும், முடிவும் நம்பிக்கையும் மாயைதானே ஒழிய உண்மையாய் இருக்க வாய்ப்பில்லையே!'' என்ற பெரியார், தான் கூறுவதை அப்படியே ஏற்கச் சொல்லவில்லை, சரியா? என்று சிந்தித்து நியாயம் என்றால் ஏற்றுக் கொள்ளுங்கள் என்றார்.

''கடவுளை கற்பித்தவன் முட்டாள்
கடவுளை வணங்குகிறவன் காட்டுமிராண்டி
கடவுளை பரப்புகிறவன் அயோக்கியன்''

என்ற தனது வரையறையைத் துணிவோடும், தயங்காமலும் எந்த இடத்திலும் பெரியார் கூறினார்.

இது மேலோட்டமாகப் பார்த்தால் மிளகாய் கடிப்பது போல இருந்தாலும், உண்மையான கணிப்பு என்பது ஆய்வு செய்தால் விளங்கும்.

அறிவுக் கூர்மையின்மையால், முட்டாள்தனத்தால் கற்பிக்கப்பட்டது கடவுள். காரணம் அது கற்பிக்கப்பட்ட காலம் அறிவு வளர்ச்சி அதிகம் இல்லாத காலம்.

காட்டுமிராண்டியாக மனிதன் வாழ்ந்த காலத்தில் அச்சத்தினாலும், காரணம் புரியாமையாலும், காரணம் ஒன்று இருக்கும் என்று நம்பியதாலும் கடவுள் வணக்கத்தை உருவாக்கிக் கொண்டான். அதை இன்றைக்கும் செய்பவன் காட்டுமிராண்டி என்றார்.

கடவுள் பரப்பப்படுவது சுயநலத்திற்கும், ஆதிக்க வேட்கைக்கும், ஏற்றத்தாழ்வை நிலைநாட்டவுமே செய்யப்படுவதால் அவ்வாறு பரப்புகின்றவன் அயோக்கியன் என்றார்.

பிரார்த்தனை:

''பிரார்த்தனை என்பதற்கு வேறு பெயர் சொல்ல வேண்டுமானால் பேராசை'' என்றார் பெரியார்.

''பேராசையும், சோம்பேறித்தனமும், ஏமாற்றுத் தன்மையும் இல்லாவிட்டால் பிரார்த்தனைக்கு இடமே இல்லை.''

எந்த மனிதனும் தகுதியினால் எதையும் அடையலாம். அதற்கு வேண்டிய காரியங்கள் செய்து தகுதியாக்கிக் கொண்டு பயனை எதிர்பார்ப்பதற்குப் பதிலாக, பிரார்த்தனையினால் பலனை அடையலாம் என்று கருதினால் அதற்கு பேராசை என்றுதானே அர்த்தம். கடவுளும் அந்தப் பிரார்த்தனைக்கு இணங்கி நன்மை செய்தால் அது ஒரு தற்புகழ்ச்சி கொண்டது என்பதே பொருள்.

கடவுள் சர்வவியாபி, மனிதனின் அன்றாட செயல்களைக் கவனிக்கிறார் என்னும்போது பிரார்த்தனை எதற்கு? அதற்கு நேரத்தையும் பொருளையும் ஏன் செலவிடவேண்டும்?என்றார்.

மேலும் பிரார்த்தனை என்பது பேரம் பேசும் நடவடிக்கையாகத் தானே அமைந்துள்ளது! எனக்கு நீ இதைச் செய்தால் உனக்கு நான் அதைச் செய்வேன் என்பதும்தானே இன்று பிரார்த்தனை? என்று பிரார்த்தனை மோசடியை அம்பலப்படுத்தினார்.

19

புராண ஆய்வில் புகழ்பெற்ற பெரியார்

பெரியார் பிறந்த குடும்பமும் வாழ்ந்த சூழலும் அவருக்கு இயல்பாகவே புராணங்களை அதிகம் தெரிந்து கொள்ள வாய்ப்பை ஏற்படுத்தின. அவர் காலத்தில் அவரைவிட புராணங்களையும், இதிகாசங்களையும், சாத்திரங்களையும் இன்னும் கடவுள் தொடர்புடைய அனைத்து நூல்களையும் படித்தவர்களும் ஆய்வு செய்தவர்களும் வேறு யாரும் இல்லை என்று சொல்லலாம்.

கிருபானந்த வாரியார் நிறைய பயின்றவர் என்றாலும் ஒரு சிலவற்றையே ஆழ்ந்து கற்று பேசியவர். அதுவும் அவற்றை நயம்பட, நகைச்சுவையோடு விளக்கிக் கூறியவர் மட்டுமே. ஆனால் பெரியார் அனைத்தையும் ஆய்வு செய்தவர். உண்மையா? புரட்டா என்று உலகறியக் கூறியவர்.

கடவுள் நம்பிக்கைக்கான, கடவுள் பிரச்சாரத்திற்கான கருவியே புராணங்கள்தான் என்பதை பெரியார் சரியாகக் கண்டு கொண்டார்.

118 இவர்தான் பெரியார்

அறிவு இழப்பிற்கும் மான இழப்பிற்கும் அவை காரணமாக அமைபவை. அவையனைத்தும் அறிவிற்கு சிறிதும் பொருந்தாத புளுகு மூட்டைகள் என்பதை அம்பலப்படுத்தினார்.

பிராமணன், க்ஷத்ரியன், வைசியன், சூத்திரன் என்று நான்கு வருணமாகப் பிரித்து, ஒருவருக்கு ஒருவர் ஏற்றத்தாழ்வும் வேற்றுமையும் கற்பித்து, தீண்டத்தகாதவன், கற்கக் கூடாதவன், இழிமகன், அடிமை வேலை செய்ய என்று ஆண்டவனால் படைக்கப்பட்டவர்கள் என்று மனித இனத்தில் பாகுபாடு ஏற்பட இவை காரணமாய் அமைந்ததோடு, அந்த வேறுபாடுகளை தொடர்ந்து நிலை நிறுத்தவும், அவற்றிற்கு நியாயம் கற்பிக்கவும் இவை துணை நின்றதால் இவற்றை கடுமையாக விமர்சித்தார்.

அடித்தட்டில் அடிமையாய் விழிப்பற்று வாழும் மக்களை, விழிப்புண்டாக்கி, எழுப்பி, மேல்நிலைக்குக் கொண்டுவர வேண்டுமானால், புராணங்கள், சாத்திரங்கள் தேவையற்றவை. உண்மையற்றவை, நியாயமற்றவை, ஒரு சிலரின் நன்மைக்காக உருவாக்கப்பட்டவை என்பதை அவர்கள் உணரும்படிச் செய்ய புராண மறுப்புப் பிரச்சாரத்தை பெரியார் தீவிரப்படுத்தினார்.

புனிதமாகக் கருதப்பட்ட செய்திகளையெல்லாம், துணிவுடன் அணுகி, அவற்றை அக்கக்காய் அலசி, அவற்றின் புரட்டை அம்பலப் படுத்தி, அவை புனிதமற்றவை என்பதைப் புலப்படுத்தி, அவற்றை ஏளனம் செய்து மக்களுக்கு துணிவும், அறிவும் உண்டாக்கினார்.

இன்றைக்கு கடவுள் நம்பிக்கை மக்கள் மத்தியில் ஒட்டிக்கொண்டு நின்றாலும், புராண நம்பிக்கை அறவே ஒழிந்தமைக்கு பெரியாரின் பெரும் முயற்சியே காரணம்.

ஆனால், இவற்றை அவர் சாதிக்க பட்ட துன்பங்களும், பெற்ற எதிர்ப்புகளும் தாக்குதல்களும் ஏராளம். அழுகிய முட்டை, செருப்பு, பாம்பு ஆகியவை அவர்மீது வீசப்பட்டன. அப்போது கூட பெரியார், அவர்களின் அறியாமையைக் கண்டு வருந்தினாரே தவிர, அவர்களின் செயல்களுக்காக ஆத்திரப்படவில்லை.

தனது கருத்துக்களை ஊர்தோறும் சென்று வாய்வழிப் பிரச்சாரம் செய்ததோடு நில்லாமல், குடியரசு இதழில் தொடர்ந்து கட்டுரைகள் எழுதினார். அறிஞர் மா.சிங்காரவேலர் போன்றவர்களையும் கட்டுரைகள் எழுதும்படி செய்தார். புத்தக வடிவிலும் புராண, கடவுள் விமர்சனங்களும், சாத்திரச் சாடல்களும் வெளியிடப்பட்டன.

சாத்தாங்குளத்தைச் சேர்ந்த ஏ.ராகவன் நிகழ்த்திய கடவுள் மறுப்புரை, "கடவுளை நிந்திக்கும் கயவர்கள் யார்?" என்ற தலைப்பில் வெளியிடப்பட்டது.

இங்கர்சால் எழுதிய "வால்டேர் வாழ்க்கை வரலாறு" என்ற நூல் கே.எம்.பாலசுப்பிரமணியம் அவர்களால் தமிழாக்கம் செய்யப்பட்டு வெளியிடப்பட்டது.

கைவல்யம் சாமியார் புராண விமர்சனம் குறித்து பல கட்டுரைகளை எழுதினார். அத்தொகுப்பு "கைவல்யம் அல்லது கலைஞானம்" என்ற தலைப்பில் 1931ம் ஆண்டு வெளியிடப்பட்டது. 1932ம் ஆண்டு கைவல்யசாமியாரின் "உண்மை இந்துமதம்" என்ற கட்டுரைத் தொகுப்பு வெளியிடப்பட்டது.

1928ல் வெளியிடப்பட்ட 'ஞான சூரியன்' தனது பெயருக்கு ஏற்பவே பகுத்தறிவு ஒளியை மக்களுக்கு வழங்கியது. சுவாமி சிவானந்த சரஸ்வதியால் இயற்றப்பட்ட இந்நூல் சாஸ்திரங்களைத் தோலுரித்து, பிராமண ஆதிக்கத்தின் பிடியிலிருந்து மற்றவர்களை விடுவிக்க பெரிதும் உதவியது.

பெரியாருடைய நாத்திகப் பிரச்சாரத்தை எதிர்த்து ஆத்திகர்கள் 'தேசபந்து' என்ற பத்திரிகையை நடத்தினார்கள். அந்த பந்தை, பெரியார் பிடித்த பகுத்தறிவு மட்டை ஆடு களத்தை விட்டே அப்புறப்படுத்தியது. அய்யாவின் பிரச்சார சூறாவளிக்கு முன் எதுவும், யாரும் எதிர்த்து நிற்க முடியவில்லை.

புராணங்களில் வரும் கருத்துக்களைக் கூறியே புராணங்கள் பொய் என்பதைத் தெளிவுபடுத்தினார். சூரிய கிரகணம் சந்திர கிரகணம்

ஏற்படுவதற்கு புராணம் கூறும் கதை உண்மையா? என்று கேட்டு இன்றைய அறிவியல் காரணத்தை விளக்கி, புராணம் சொல்வது பொய்யல்லவா? என்று புரிய வைத்தார்.

தசரதனுக்கு 60 ஆயிரம் மனைவியா? பெரியார் ஆய்வில் அறிவும் பிறந்தது; நகைச்சுவையும் பிறந்தது.

விநாயகர், ஆறுமுகம் பிறப்புகளை அலசி அதிலுள்ள கேவலங்களை, அறிவிற்கு ஒவ்வாத கருத்துக்களை விளக்கி சிரிக்கச் செய்து சிந்திக்க வைத்தார்.

திருவிளையாடல், ஆழ்வார், அவதாரம், வேதம், சாஸ்திரம் என்று ஒன்றையும் விடவில்லை. அவற்றின் பாதிப்பையும், நோக்கையும் தெளிவாக விளக்கி, நாமும் மானமுள்ள, உயர்வு பெற்ற மனிதர்களாக வாழ இவற்றிலிருந்து விடுபட வேண்டும் என்று அறிவுறுத்தினார்.

புராணங்களோடு தொடர்புடைய பண்டிகைகளையும் ஆய்வு செய்து, இதில் அறிவிற்குகந்த பண்டிகை ஏதாவது உண்டா? நம் மக்கள் மானம் இழந்து இவற்றைக் கொண்டாடலாமா? என்று வினவினார்.

இராமாயணம் ஆரிய திராவிடப் போர் என்று விளக்கினார். எனவே, இராவணனை பெருமைப்படுத்தினார்.

'இராமலீலாவை' எதிர்த்து 'இராவணலீலா' நடத்தினார்.

புராணங்களை இதிகாசங்களை வெறும் பக்திக் கருவிகளாக மட்டும் பெரியார் பார்க்காமல் அவற்றுள் இனத்தின் பாதிப்பும், இன அடிமைத்தனமும், அறிவு முடக்கமும் அடங்கியிருப்பதையுணர்ந்து இனமீட்சிப் போராகவே இவற்றின்மீதான எதிர்ப்பை, ஆய்வை, விமர்சனத்தை நடத்தினார்.

பெரியாரின் போராட்டத்தில் தலைசிறந்த வீரர்களாக கலைவாணர் என்.எஸ்.கிருஷ்ணன், பாரதிதாசன், புலவர் குழந்தை, எம்.ஆர்.இராதா போன்றோர் களம் இறங்கி காரியம் ஆற்றினர்.

"நான்முகன் நாவில்
நாமகள் உறைவதானால்
மலஜலம் கழிப்பது எங்கே?"

மஞ்சை. வசந்தன்

''நித்தம் நித்தம் குளிப்பதாலே

நிர்மலன் அருள் பெறலாமென்றால்

கத்தும் தவளை மீன்களெல்லாம்

அப்பேறு அடைய வேண்டாமோ!''

என்ற பெரியாரின் சிந்தனையை நாடகத்திலும் திரைப்படத்திலும் கேட்டார் 'கலைவாணர்' என்.எஸ்.கிருஷ்ணன். பாவேந்தர் பாரதிதாசன் இராவணனைப் போற்றிப் பாடினார்.

''இராவண காவியம்'' புலவர் குழந்தை அவர்களால் இயற்றப்பட்டு பரபரப்பை உண்டாக்கியது.

1928ல் எம்.எஸ்.பூரணலிங்கம் பிள்ளை என்பவர் 'இராவணப் பெரியார்' என்ற நூலை எழுதினார்.

எம்.ஆர்.இராதா ''இராமாயணம்'' என்ற நாடகத்தை நடத்தினார்.

பெரியாரின் புராண ஆய்வுகள் சாதாரண மக்களையும் சிந்திக்க வைத்தன. கடவுளர் செய்கைகள் கேலிக்கும், விமர்சனத்திற்கும் உட்பட மக்களுக்குத் துணிவை ஊட்டியவர் பெரியார்.

20

மதமா? மடமையின் சதமா?

மதம் என்பது எது?

மதம் என்பதை பலவிதமாகச் சமயத்திற்குத் தகுந்தபடி சொல்லுவார்கள்... 'மதம் என்பது பழமை யானது', 'அது மாற்ற முடியாதது', ''அது கடவுளால் ஏற்பட்டது. கடவுளால் அனுப்பப்பட்ட நபர்களாலே ஏற்பட்டது; கடவுளுடைய பிள்ளைகளாலே சொல்லப் பட்டது. கடவுள் அவதாரமாக வந்து எடுத்துக் காட்டப் பட்டது என்று இப்படிப்பட்ட கட்டுக் கதைகள் எல்லாம் அதன்மேல் புகுத்தி, 'மனிதன் நம்பி ஆகணும், அதன்படி நடந்து தீரணும்' என்று சொல்லப்பட்டது.''

மதம் எப்படி ஏற்பட்டது?

''மதம் எப்படி ஏற்பட்டது?'' மனிதன் காட்டு மிராண்டியாக இருந்த ஆராய்ச்சி திறமையற்ற காலத்திலே, அவரவர்கள் புத்திக்கு ஏற்றபடி ஏதோ 'மக்கள் நன்மைக்கு' என்ற கருத்திலே எடுத்துச் சொல்லப்பட்ட விஷயங்கள் தான் மதமாக மதக் கருத்துக்களாகக் கொள்ளப்படுகின்றன.

மஞ்சை. வசந்தன்

அக்கால மனிதனின் அறிவிற்கும் இக்கால மனிதனின் அறிவிற்கும் வேறுபாடுகள் ஏராளமாய் இருந்தும் அவர்கள் பெரியவர்கள், தெய்வீகத் தன்மை கொண்டவர்கள், அதனால் அவர்கள் கூறியதைக் கண்டிப்பாய் பின்பற்றியே ஆகணும்; அது எக்காலத்திற்கும் ஏற்றது'' என்று எடுத்துக் கூறி வற்புறுத்தப்படுவது.

மதங்கள் அனைத்தும் காலதேசத் தன்மைக்கு ஏற்றபடி, மக்களுடைய அறிவுத்தன்மைக்கு ஏற்றபடி உருவாக்கப்பட்ட வையாகும்.''

மடமை நிறைந்த கருத்துக்கள் கற்பனைகள்:

''எந்த மதத்தை எடுத்துக் கொண்டாலும் துவக்கமே இயற்கைக்கு மாறான அமைப்புகள்தான் நிறைய இருக்கும்; கடவுள் நம்பிக்கை ஆதாரமாக இருக்கும்; மோட்சம் நரகம் நம்பிக்கையிருக்கும்; மேல் லோகம் கீழ் லோகம் இருக்கும். மனிதன் செயலுக்கேற்ற பலாபலன் உண்டு என்ற நம்பிக்கை யிருக்கும். விதி, பிறவி நம்பிக்கை இருக்கும். மதம் எவ்வளவு பழமையானதோ அதற்கேற்ப மடமையும் அதிகமாக இருக்கும். பின்னாளில் ஏற்பட்ட மதமாய் இருந்தால் மடமை குறைவாக இருக்கும்.''

மதங்களின் முரண்பட்ட நிலை:

''ஒரு மதத்தார் சொல்லுகின்ற கருத்துக்கு இன்னொரு மதத்தார் நேர்முரண்பாடான கருத்துக் கொண்டிருப்பார். **மனிதனின் அன்றாட நடவடிக்கைகளான உணவு, உடை, நடப்பு, அனுபவம், ஆசை அனைத்திலும் மதம் குறுக்கிடும். ஒரு மதக்காரன் கூறுவதை மற்றொரு மதக்காரன் மறுப்பான். மதக்கருத்துக்கள் கடவுளால் சொல்லப்பட்டிருந்தால் இப்படி தேசத்திற்குத் தேசம், மதத்திற்கு மதம் கொள்கை முரண்படுமா?** எனவே, கடவுள் சொன்னதாகச் சொல்வது கற்பனை மற்றும் பொய்.''

முரண்பட்ட கடவுள் நம்பிக்கை:

''ஒரு மதத்தவன் ஒரு கடவுள் என்பான். இன்னொருவன் 100 கடவுள் என்பான். வேறொருவன் எண்ணிக்கையில்லையென்பான்.

ஒருவன் கடவுளுக்கு உருவம் கிடையாது என்பான். இன்னொருவன் கடவுளுக்கு ஒரு தலை, இரண்டு தலை, ஐந்து தலை, இரண்டு கை, நாலு கை, பத்துக்கை, பன்னிரண்டு கையென்று சொல்லுவான்.

ஒரு மதக்காரன் கடவுளுக்கு ஒன்றுமே வேண்டாம் என்பான். இன்னொரு மதக்காரன் ஐந்து வேளை, ஆறுவேளை சோறு படைக்க வேண்டும் என்பான்.

ஒரு மதக்காரன் கடவுளுக்கு பெண்டு பிள்ளை இல்லை யென்பான், இன்னொரு மதத்துக்காரன் ஒரு பெண்டாட்டி, இரண்டு பெண்டாட்டி பத்துப்பெண்டாட்டி என்று கூறுவான்.

ஒரு மதக்காரன் கடவுளுக்கு ஒழுக்கம்தான் பிரதானம் என்பான். இன்னொரு மதக்காரன் வைப்பாட்டியில்லா விட்டால் கடவுளுக்குக் காரியம் கெட்டுப் போய்விடும் என்பான். மற்றொரு மதத்துக்காரன் இன்னொருத்தன் பெண்டாட்டியைக் கைப் பிடித்திழுத்ததாகச் சொல்வான்.

கடவுள் கருணையே வடிவானவர் என்பான். இன்னொரு மதத்துக்காரன் 2000 பேரைக் கொன்றது எங்கள் கடவுள் என்பான்.

கடவுள் எல்லோரையும் சமமாகத்தான் படைத்தார் என்று ஒருவன் சொல்வான். இந்து மதத்துக்காரன் பேதமாக, மேலே, கீழே, உயர்ந்த சாதி, தாழ்ந்த சாதி இப்படியெல்லாம் மனிதனைக் கடவுள் படைத்திருக்கிறார். நம்ம கடவுளுக்குப் பெருமை இதனால்தான் என்று சொல்லுவான்.

இப்படி மதத்தின் பேரால் கூறப்பட்டவற்றை யெல்லாம் மனிதன் நம்பியாகணும், இல்லையென்றால் இன்னின்ன கேடுவரும் என்பான்.''

மதம் ஏற்பட்டதன் நோக்கம்:

''மதம் என்பது மனிதனை மடையனாக்கவே பயன்படுகிறது. மதத்தை ஏற்படுத்தியதன் நோக்கமும் அதுவே.

மதத்தால் மனிதனுக்கு ஏதாவது பயன் உண்டா? ஒருவனை யாவது மதமும் கடவுளும் யோக்கியனாக்கி இருக்கிறதா? மனிதரிடையே மதம் ஒழுக்கத்தைப் புகுத்தியிருக்கிறதா? நாணயத்தைப் புகுத்தியிருக்கிறதா?

மனிதனை மனிதன் அடக்கியாளவும், பேதப்படுத்தவும், ஏமாற்றவும், முட்டாளாக்கவுமே மதம் பயன்பட்டு வருகிறது. **கடவுளாகட்டும், மதமாகட்டும், பக்தியாகட்டும், மோட்சமாகட்டும் எதுவானாலும் அது**

தனிமனிதனின் தனிச் சொத்து. ஒழுக்கமும் நாணயமுமே பொதுச் சொத்து. பக்தியில்லையென்றால் உங்களுக்கு என்ன நஷ்டம்? ஆனால் ஒழுக்கம், நாணயம் இல்லையென்றால் என்னாகும்?''

பயனில்லை; பாழடிப்பே:

"மதத்தை ஒரு சுயநல காரியமாகப் பண்ணிவிட்டார்களே தவிர, வாழ்வின் பொது நன்மைக்காக அது பயன்படவில்லை.

ஒருநாள் இரண்டு நாள் அல்ல, மதங்கள் ஏற்பட்டு, கடவுள் ஏற்பட்டு, சாத்திரங்கள் ஏற்பட்டு நூற்றுக்கணக்கான ஆண்டுகளாக இவற்றிற்காக மனிதன் பண்ணின செலவு எவ்வளவு? அவனது நேரப்போக்கு எவ்வளவு? அவனுடைய முயற்சியைக் கெடுத்த கேடு எவ்வளவு? இவ்வளவு எல்லாம் பண்ணியும் ஒரு சிறிதும் ஒழுக்கத்திற்கும் நாணயத்திற்கும் அது பயன்படவில்லையே?''

ஏய்த்துப் பிழைக்கவே மதம்:

"ஏதோ சில பேருடைய நன்மைக்கு, பெருமைக்கு மற்றவனை ஏய்த்துப் பிழைக்க, வாழ்க்கை வசதிக்கு மதத்தைப் புகுத்தி விட்டார்களே தவிர மனித நன்மைக்கு இவற்றால் எப்பயனும் இல்லை.''

முற்போக்கிற்கு முட்டுக்கட்டை:

மதம் அறிவைக் கெடுக்கிறது; அது இயற்கைக்கு விரோதம்; வளர்ச்சியைத் தடை பண்ணுகிறது. மதத்தையும், கடவுளையும் மத சம்பிரதாயமான கொள்கையையும் எவனொருவன் வெறுத்தானோ, எவனொருவன் மக்களிடையேயிருந்து இம்மூட நம்பிக்கைகளையெல்லாம் மாற்ற வேண்டும் என்று நினைத் தானோ அவனாலேதான் நாட்டுக்கு நன்மை விளைகிறது. இனி வரும் முன்னேற்றமும் அப்படித்தான் வரமுடியும்.

மனிதனுக்கு மதம் ஏன்?

ஒரு பொத்தானை அழுத்தினால் எங்கோ ஆயிரம் விளக்கு எரிகிறது அதை மதம் உண்டாக்கிற்றா? கடவுள் உண்டாக்கிற்றா? சாத்திரம்

உண்டாக்கிற்றா? அறிவைப் பயன்படுத்துவதனால் ஏற்பட்ட விளைவல்லவா இவை? அந்த அறிவிற்கு கட்டுப் போடும் வேலையை மட்டும்தானே மதம் செய்கிறது?

மதம் 'அபினி' என்று மேலைநாட்டுக்காரன் சொன்னான். நம் நாட்டு மக்களின் அறிவை, வளர்ச்சியை தடை பண்ணுவது மதம்தானே!

மதத்தின் மூலம் மனிதன் தெரிந்துகொள்ள வேண்டிய சங்கதி என்ன உள்ளது. ஒன்றுமே இல்லை. சாத்திரங்களில் என்ன உள்ளது? ஒன்றும் கிடையாது. நமக்கு ஏதாவது ஒழுக்க நூல் உண்டென்றால் அது வள்ளுவனின் திருக்குறள்தான்! அதுகூட முற்றிலும் பயன்படத்தக்கதன்று. பயன்படத்தக்க பலவுள்ளன என்பதுதான் சரி.''

இல்லாத இந்துமதம்:

''இந்துமதம் என்பது ஒரு புரட்டு. எந்த அறிஞனும் இந்துமதம் என்று ஒரு மதம் இருப்பதாக ஒத்துக் கொள்ளவேயில்லை. சங்கராச்சாரி முதற்கொண்டு யாரும் இந்துமதம் இருப்பதாகக் கூறவேயில்லை. நமக்கும் ஏராளமான இலக்கியங்கள் வண்டி வண்டியாக உள்ளன. ஒன்றில்கூட ''இந்துமதம்'' என்ற வார்த்தை கிடையாது. இந்துமதம் என்றால் என்ன? அதன் கொள்கை என்ன? அதன் தலைவர் யார்? அதற்கு வயது என்ன? யாராவது சொல்ல முடியுமா?

மற்ற மதத்துக்காரன் இவற்றிற்கெல்லாம் விடை கூறுவது போல இந்துமதத்துக்காரன் விடை கூற முடியுமா?

இந்துமதத்தானைக் கேட்டால், இந்துமதம் என்று சொல்லாதீர்கள். வேதமதம் என்று சொல்லுங்கள் என்பான். வேதம் என்றால் என்ன? அதில் என்ன உள்ளது? எவன் கூறுவதற்குத் தயார்?

மதம் என்றாலே முட்டாள்தனம். இந்துமதம் என்றால் எத்தனை முட்டாள்தனம் வேண்டுமானாலும் போடலாம்.

மனிதனுக்கு மனிதன் அன்பைப் புகட்டுவதற்குப் பதில் மதம் மனிதனுக்கு மனிதன் வெறுப்பைப் புகட்டுகிறது.

'இந்து' என்ற வார்த்தையே தமிழ் வார்த்தை அல்ல. அராபி மற்றும் பார்சிய மொழியில் 'இந்து' என்பதற்கு திருடன் என்று பொருள்.

இந்துமதம் என்பது மூடநம்பிக்கைகளையும் அர்த்த மற்றச் சடங்குகளையும் கொண்டதாகும். எதையும் கண்மூடித்தனமாக நம்ப வேண்டும், ஏற்க வேண்டும் என்கிறது இந்துமதம். பார்ப்பனர்கள் பிழைப்பதற்கும் உயர்வதற்கும் இந்துமதம் வழி செய்கிறது.''

''பல ஆபாசங்களையும், சுயநலக் கொள்கைகளையும் கற்பனை செய்து அவற்றை பாமர மக்கள் நம்பும்படி பல மிரட்டுதலான நிபந்தனைகளை ஏற்பாடு செய்து அவை நிலைப்பதற்குத் தகுந்த தந்திரங்களும், சூழ்ச்சிகளும் உள்ளடக்கியது இந்துமதம்.''

இந்துமதமும் யாகங்களும்:

''மதத்தின் பெயரால் "கடவுள் வழிபாடு" என்று கருதப்படும் அக்கிரமச் செயல்கள் பலவற்றுள் 'யாகம்' செய்வது ஒன்று. இது ஒரு கொடிய பாதகச் செயலாகும். ஏனெனில், யாகத்தில் விலங்குகளைக் கொடுமைப்படுத்து கிறார்கள். இது பார்ப்பனர்களால் கடவுள் வழிபாடாக நடந்து வருகிறது. இப்பாதகச் செயல் செய்பவர்களை சட்டப்படி நடவடிக்கை எடுத்துத் தண்டிக்க வேண்டும்.

என்றைக்கும் பொருந்துமா:

''காலதேச வர்த்தமானத்திற்கும் அக்காலத்திய அறிவின் தன்மைக்கும் தக்கபடி மக்களின் வாழ்க்கைக்கு என்று ஏற்படுத்திக் கொள்ளும் சில கொள்கைகளைக் கொண்டதாகவே மதங்கள் உருவாக்கப் பட்டன. அக்கொள்கைகள் ஆயிரக்கணக்கான ஆண்டுகளுக்கு முன்பிருந்த சூழலுக்கு ஏற்ப கூறப்பட்டவை. இன்றைக்கு விஞ்ஞானம் எவ்வளவோ வளர்ந்துள்ளது. உலகம் எவ்வளவோ மாறியுள்ளது. சிந்தனைகள் எவ்வளவோ பரிணாமம் அடைந்துள்ளன. அப்படியிருக்க ஆயிரக்கணக்கான ஆண்டுகளுக்கு முன் கூறப்பட்டவற்றையே இன்றைக்கும் பிடித்துக் கொண்டு நிற்க முடியுமா? அன்றைய கொள்கைகள் தான் இன்றைக்கு பொருந்துமா? அப்படியிருக்க எந்த மதமும் என்றைக்கும் பொருந்துவதன்று.''

"இப்படியிருக்க, இதைச் சிறிதும் உணராமல் மதம் என்பது ஒரு சர்வ வல்லமையுள்ள கடவுளால் சொல்லப்பட்ட கட்டளை என்றும், அதை எப்போதும் சிறிதுகூட மாற்றக்கூடாது என்றும், அதில் உள்ளவைகள் எல்லாம் கடவுள் வாக்கு என்றும் சொல்வதானால், அது எந்த மதமானாலும் சரி அதை அடியோடு ஒழித்தாக வேண்டும். மதத்தின்மீது மக்களுக்குள்ள குருட்டு நம்பிக்கையையும், குரங்குப் பிடிவாதத்தையும் மாற்றத்தான் வேண்டும்.''

"உலக மக்கள் எல்லோரும் ஒன்று சேர்ந்து சகோதர பாவம் கொள்வதற்கு உலகத்தில் முதல் தடையாய் இருந்தது-இருப்பது மதங்களேயாகும்.''

"உண்மையிலேயே சுயமரியாதை உணர்ச்சி உள்ளவர்கள், தங்கள் முன்னேற்றத்திற்கும், சுதந்திரத்திற்கும் தடையாய் இருக்கும் மதக் கட்டுப்பாடுகளையும், சாமி, பூதமென்பதனையும் உடைத் தெறிய பின்வாங்க மாட்டார்கள்.''

"மதம் என்பது குருட்டு நம்பிக்கைகளை வளர்ப்பது ஆகும்.''

"இப்போதைய முக்கிய மதங்கள் என்று சொல்லப்படுபவைகள் எல்லாம் பாமர மக்களை ஏமாற்றி, கொடுமைப் படுத்தி, பணம் பறித்து புரோகிதக் கூட்டமும், அரசாங்கமும், செல்வந்தனும் பிழைக்க வழிகளாக இருக்கின்றனவேயன்றி, பொது மனித வாழ்விற்கு, மனித இனத்திற்கு பலன் அளிக்காததாய் உள்ளன.''

"ஒவ்வொரு மதத்தானும் தனது மதத்தை கடவுள் உண்டு பண்ணி யதாக நினைக்கின்றான், அப்படியென்றால் கடவுள் எப்படி வெவ்வேறு மதங்களை, வெவ்வேறு கொள்கைகளை உருவாக்கியிருப்பார்? ஒரு மதத்தைத் திட்டும்படியும், ஏற்காத படியும் இன்னொரு மதத்தை உண்டாக்கியிருப்பாரா?''

"மதம் தன்னறிவைவிட இடைத்தரகர் சொல்லுக்கு முன்னுரிமை அளிக்கிறது. பணம் செலவு செய்யும் அளவிற்கு பாவமன்னிப்பு கிடைப் பதாகவும் கூறுகிறது. மக்களை சோம்பேறிகளாகவும், கோழைகளாகவும், தன்னம்பிக்கையற்றவர்களாகவும் ஆக்குகிறது.

"எல்லாப் படைப்பும், எல்லாத் தோற்றமும், எல்லா மக்களும் கடவுளால் உண்டாக்கப்பட்டது என்று சொல்லப்படுகையில் ஒரு சிலருக்கு மாத்திரம் கடவுள் அவதாரம், கடவுளால் அனுப்பப்பட்டவர்கள் என்கின்ற பெயர் எப்படிப் பொருந்தும்?"

"மகமதிய மதமே பல குற்றம் குறைகளை நீக்கி ஏற்றுக் கொள்ளக் கூடிய பல கொள்கைகளைப் பெற்றிருக்கிறது. காரணம் அது பின்னாளில் உருவாக்கப்பட்டது."

"**எந்த மதமாயினும் அது மனித நன்மைக்கும் உயர்விற்கும் பயன்பட்டால், எனக்குக் கருத்து வேறுபாடு இருப்பினும் அம்மதத்தைப் பற்றி யோசிக்க நான் எப்போதும் தயாராய் உள்ளேன்.** ஆனால், மதம் ஏற்றத் தாழ்வையும், மூடநம்பிக்கையையும் கற்பித்து வளர்ப்பதாயின் அம்மதத்தைச் சற்றும் ஏறெடுத்துப் பாரேன்."

"இந்து சமூகத்தின் உண்மையான சமத்துவமும் ஒற்றுமையும் ஏற்படும் வரை, தீண்டத்தகாதவர்கள் கும்பல் கும்பலாய் மகமதியர் ஆவதைத் தவிர வேறு வழியின்மையால் அதை மறுக்க முடியாதவர்களாய் இருக்கிறோம்."

"ஒரு மதத்தில் தீண்டாமையிருந்தால் இன்னொரு மதத்தில் பாராமை இருக்கும். உலகம் பூராவும் இருந்து வரும் சமூகக் கொடுமை முதலியவைகளுக்கு மதமே காரணம்."

"எல்லா மதமும் சகல செயலுக்கும் ஆண்டவனே காரணம் என்கின்றன. மதங்கள் சமதர்மத்திற்கு எதிரி."

"இந்துமதத்தில் சாதிக் கொடுமைகளும் ஏற்றத்தாழ்வுகளும், தீண்டாமையும் அதிகம். எனவே, உலக மதங்களிலே இந்துமதம் மிக மோசமானது" என்று மதங்கள் பற்றி தனது கணிப்புகளை மிகத் தெளிவாகக் கூறினார் பெரியார்.

21

வாதிட முடியாத சோதிட ஆராய்ச்சி!

சோதிடத்தை பெரியார் மிக நுட்பமாக ஆய்வு செய்து பல செய்திகளை தெளிவுபடுத்தினார்.

"இவ்வளவு பெரிய ஆராய்ச்சிக்கு நாம் தகுதி யற்றவராக இருக்கலாம் என்றாலும், தவறுதல் இல்லாமல் சொல்ல யாரும் முன்வராமையால் யாம் இவ்வாராய்ச்சியில் ஈடுபட்டோம்" என்று அடக்கத்துடன் சோதிட ஆராய்ச்சி மேற்கொண்டார் பெரியார்.

"மக்கள் சோதிடத்தில் அதிக நம்பிக்கை வைத்து பணத்தையும் நேரத்தையும் செலவு செய்து வருகிறார்கள்.

சோதிடம் என்பது ஒரு மனிதனுடைய பிறந்த நேரத்தை ஆதாரமாக வைத்து வாழ்வில் நடக்கவிருப் பவற்றைக் கணித்துச் சொல்லும் முறையாகும்.

பிறந்த காலம் என்பது வயிற்றுக்குள் ஜீவன் ஏற்பட்ட காலமா? அல்லது 7,8,9,10 மாதங்களில் பிறக்கும் காலமா? அப்படிப் பிறக்கும் காலத்தில் தலை வெளியில் தெரியும் காலமா? அல்லது கால் வெளியில் வரும் காலமா? அல்லது மருத்துவச்சி கைவிட்டு எடுத்த நேரமா? வைத்தியர் வயிற்றைக் கீறி எடுத்த நேரமா? அல்லது மருத்துவச்சி கையில் எடுக்கும் நேரமா? எது?

சரி குழந்தை பூமியில் விழுந்த நேரம் என்று வைத்துக் கொண்டே பார்ப்பினும் அந்த நேரத்திற்கு மாத்திரம் என்ன சிறப்பு? அதுமட்டுமல்ல; அந்த நேரத்தைச் சரியாக யாராவது குறித்து வைக்க முடிகிறதா-நடைமுறையில்? பிறந்த செய்தி வெளியில் தெரிய சிறிது நேரமாகும். அந்நேரத்தைக் குறித்து வைக்க அங்கு கடிகாரம் வேண்டும். கடிகாரம் இல்லையென்றால் வானத்தைப் பார்த்து நேரம் கணிக்க காலம் பிடிக்கும். அல்லது உத்தேசமாக நேரம் குறிப்பர். இப்படிப்பட்ட நிலையில் பிறந்த நேரம் குறிப்பதில் தவறு எங்ஙனம் நேராமல் இருக்கும்?

அடுத்து, அந்த நேரத்தில் பலன் சொல்வதானால், அந்த நேரத்தில் உலகத்தில் பிறக்கும் ஜீவன்கள் (குழந்தைகள்) எவ்வளவு இருக்கும். ஒரு நிமிடத்திற்கு நூற்றுக்கணக்கான குழந்தைகள் பிறக்கின்றன. ஒரு நிமிடத்திற்கே இவ்வளவு என்றால், ஒரு லக்ன நேரத்தில் (சுமார் இரண்டு மணி நேரம்) எவ்வளவு குழந்தைகள் பிறக்கும். அவ்வளவு குழந்தைகளுக்கும் (அந்த லக்னத்தில் பிறந்த அத்தனை குழந்தைகளுக்கும்) ஒரே விதமான குணம், பலன், அனுபவம் இருக்க முடியுமா?

மேலும் இந்த பலாபலன்கள் கிரகத்தின் தன்மையால் ஏற்படுவதா? தானே ஏற்படுவதா? முற்பிறவி பயனாய் ஏற்படுவதா? அல்லது விதியின் பயனாய் ஏற்படுவதா?

இவற்றுள் ஒன்றினால் ஏற்படுகிறது என்றால் மற்ற மூன்றும் காரணமில்லையென்று ஆகிவிடுகிறது. கிரகத்தின் பயனாய் ஏற்படுகிறது என்றால் முற்பிறவி பயன், விதி, கடவுள் என்பதெல்லாம் பொய்யாகி விடுகிறது!

விதி, முற்பிறவி, கடவுள் உண்மையென்றால் கிரகத்தின் இயக்கத்திற்கு ஏற்ப நம் வாழ்வு அமைகிறது என்பது பொய்யாகி விடுகிறது. அப்படி யென்றால் கிரகங்களின் இயக்கத்தை வைத்துக் கணிக்கப்படும் சாதகம் பொய்யென்று ஆகிவிடுகிறது!

ஆக கடவுள், விதி, பிறவி நம்பிக்கையும், சோதிட நம்பிக்கையும் முரண்பட்டவைகளாக நிற்கின்றன!

சரி, கிரக சூழலுக்கு ஏற்ப (பிறந்த நேரத்திற்கு ஏற்ப) ஒரு கெட்டிக்கார சோதிடன் பலன் சொல்கிறான் என்று வைத்துக் கொள்வோம். இந்த சாதகன் இன்ன வேளையில் இன்னாரைக் கொன்று ஜெயிலுக்குப் போவான் என்று சாதக அமைப்பு இருந்தால், கொல்லப்படப் போகின்றவனுடைய சாதகத்திலும் இன்ன வேளையில் இன்னாரால் கொல்லப்பட்டு சாவான் என்று இருக்குமா? அப்படியில்லையென்றால் சாதகம் உண்மையல்ல என்று பொருள்.

அப்படி இரண்டு சாதகத்திலும் அமைப்பு இருப்பதாகக் கொண்டு, அது அந்த இருவருக்கும் சாதகம் பார்ப்பதன் மூலம் தெரிந்துவிடுவதாகக் கொண்டு, அவர்கள் கொலை செய்யக்கூடாது என்று முடிவிற்கு வந்துவிட்டாலோ அல்லது கொலை நடக்காமலே போய் விடுமானாலும் சோதிடம் பொய்யென்று ஆகிவிடுமல்லவா?

சோதிட பாதகங்களைப் பரிகாரத்தின்மூலம் தீர்க்கலாம் என்று நம்புவது முற்றிலும் மூடத்தனம். இப்படித் தான் நடக்கும் என்ற அமைப்பை பரிகாரத்தின்மூலம் எப்படி மாற்ற முடியும்? மாற்றுவதாகச் சொல்லி பணம் பறிப்பது மோசடியல்லவா?

அடுத்து, சோதிடம் உண்மையென்று ஆகிவிட்டால்- உண்மையாய் இருந்தால் எந்த மனிதனையாவது அவனது செயல்களுக்காக குற்றமோ அல்லது பாராட்டோ கூறுவது சரியாகுமா? அவற்றிற்கு அவன் எப்படிப் பொறுப்பாவான். அவன் விருப்பத்தில் எதுவும் இல்லையே! கொலை செய்தவனுக்கு தண்டனை கொடுப்பதுகூட தார்மீக ரீதியில் தவறல்லவா? கிரகப்படி கொலை செய்வதற்கு அவன் எப்படிப் பொறுப்பாவான்?

கிரகத்திற்கு ஏற்ப பலன் என்றால் அது மற்ற உயிர்களுக்கும் இருக்கவேண்டும் அல்லவா?

ஒரு குதிரை, யானை பட்டத்துக்குரியதாய் அலங்கரிக்கப் படுகிறது. மற்றொன்று சர்க்கஸ்காரனிடம் அடி வாங்குகிறது. இது அவற்றின் சாதகப்பலனா? ஆம் என்றால்,

ஒரே பாறையில் உடைத்த கல்லில் ஒன்று காலில் மிதிபடும் படிக்கட்டாக மாறுகிறது, மற்றொன்று ஆலய விக்கிரகமாக (கடவுள் சிலையாக) பூஜிக்கப்படுகிறது. அப்படியென்றால் அந்தப் பாறை உடைபட்ட கிரகச் சூழலுக்கு ஏற்பதான் அந்த வித்தியாசமா?

அப்படியென்றால் நாற்காலி மேஜை செய்யத் தொடங்குகின்ற நேரத்திற்கு ஏற்பதான் அந்த மேஜைக்கும் நாற்காலிக்கும் எதிர்காலம் அமையுமா?

ஒரே நேரத்தில் ஒரு தொழிற்சாலையில் செய்யப்படும் கடிகாரம் ஒன்று ஜனாதிபதி கையில் அலங்கரிக்கிறது; இன்னொன்று கூலிக்காரன் கையில் உள்ளது. இதுவும் அது உற்பத்தியாகி வெளிவந்த நேரத்தைப் பொறுத்ததா? என்ற ஆய்வுக் கேள்விகளை அடுக்கடுக்காகக் கேட்டு, சோதிடம் பொய் என்பதோடு, மோசடி என்பதையும் உலகிற்கு உணர்த்தினார் பெரியார்.

மஞ்சை. வசந்தன்

22

திருக்குறளைப் போற்றலும் அச்சேற்றலும்

"ஆரியரல்லாத இந்நாட்டு மக்கள் அனைவருக்கும், சிறப்பாக இந்நாட்டுப் பழங்குடி பெருமக்களான திராவிடர்கள் அனைவருக்கும் வள்ளுவரின் திருக்குறள் ஒரு பெரிய செல்வ மாகும். நமது பெருமைக்கும், நெறிக்கும், நாகரிகத்திற்கும், வாழ்க்கை முறைக்கும் எடுத்துக் காட்டாக அதில் பல விவரங்களை நாம் காணலாம். திருக்குறளின் பேரால் திராவிட மக்களின் பெருமையை, திராவிடரல்லாத மக்களுக்கு உணரச் செய்ய முடிகிறது.

திருக்குறள் ஒன்றுதான் பாமர மக்களும் புரிந்து கொள்ளும் வகையில் எப்படிப்பட்ட அறிவாளியும் ஏற்கும் தன்மைக்குரிய தக்க ஆதாரமாய் அமைந்திருக்கிறது."

"திருக்குறள் தெய்வீகத் தன்மை பொருந்திய ஒருவரால் எழுதப்பட்டது என்பதற்காகவோ அல்லது மனித சக்திக்கு மேம்பட்டவரால் சொல்லப்பட்டது என்பதற்காகவோ நாம் அதைப் போற்றவில்லை; அதில் கூறப்பட்டுள்ள உயர்ந்த கருத்துக்களுக்காகத்தான் நாம் அதைப் போற்றுகிறோம்."

இவர்தான் பெரியார்

''சிறிது காலத்திற்கேனும் மக்கள் தொடர்ச்சியாக திருக்குறளைப் படித்து மனதில் ஆழப் பதியவைத்து வருவார்களானால் நம் நாட்டில், நம் மக்கள் வாழ்வில், நம் மக்கள் உள்ளத்தில், ஒரு புதிய உணர்ச்சி உறுதியாக ஏற்படும் என்பது என் கருத்து.''

''இத்தகைய சிறப்புவாய்ந்த கருத்துக்களை வெளியிட்டதற்காக திருவள்ளுவரை ஏன் தெய்வீகத் தன்மை பொருந்தியவர் என்று ஏன் கூறக்கூடாது என்று நீங்கள் கேட்கலாம். தெய்வீகத் தன்மை என்பதை நான் ஒப்புக்கொள்வதில்லை. ஆனால் வள்ளுவர் உயர்ந்த அறிவும், ஆராய்ச்சித் தன்மையும், அனுபவமும் பெற்றவர் என்பதை அவர் குறள் காட்டுகிறது.''

''தெய்வீகத்தன்மை என்பதை ஒத்துக்கொண்டால் அவரது சொந்த அறிவிற்கும், திறமைக்கும் மதிப்பில்லாமல் போகும்.''

''திருக்குறள் எழுதியவரின் உண்மைப் பெயர் மறைக்கப்பட்டு விட்டது என்பதுதான் என்னுடைய கருத்து.''

''திருவள்ளுவரின் தன் அறிவை, தன் முயற்சியை, தனித் திறமையை மறைக்க, திருக்குறள் கருத்துக்கள் ஆரிய நூல்களிலிருந்து எடுக்கப்பட்டவை என்று ஆரியர்கள் மோசடியாகக் கூறியுள்ளார்கள்!''

''எவ்வளவோ ஆபாசமான நூல்களுக்குக் கொடுக்கப்பட்ட பெருமையில் 100ல் 1 பங்கு பெருமையை நமது திருக்குறளுக்குக் கொடுப் பதில்லை! தன்னை அறிவாளியாகக் காட்டிக்கொள்ள சிலர் கீதையை ஆதாரமாகக் காட்டுவதை வழக்கமாகக் கொள்கின்றனர். கீதையைப் பாராயணம் (மனப்பாடம்) செய்தவர்கள் என்ன கற்றுக் கொண்டார்கள்? கற்றுக் கொள்வதற்குத்தான் அதிலென்ன இருக்கிறது?''

என்று திருவள்ளுவரையும், திருக்குறளையும் போற்றிய பெரியார் போலித்தனமானவர்களைச் சாடியதோடு, 'கீதை' போன்றவற்றிற்குத் தரப்படும் கண்மூடித்தனமான மரியாதையையும் முன்னுரிமையையும் கண்டித்தார்.

''வாழ்க்கைக்கு எந்த அளவிற்கும் உபயோகப்படாத பகவத்கீதைக்கு அவ்வளவு பெருமை இருக்கக் காரணம் அந்நூல் ஓர் ஆரிய நூல். ஆரிய தர்மத்தை அதாவது ஆரிய உயர்வை வலியுறுத்தும் நூல் என்பதுதான்.

திருக்குறளுக்கு அத்தகைய பெருமை இல்லாமற் போனதற்குக் காரணம் இது ஒரு திராவிட நூல். அதனால் அதனை, அதன் உயர்வை வெளியில் தெரியாமல் ஆரியர்கள் முடிந்தமட்டும் மறைத்தனர், திரித்தனர்." என்று சரியான காரணத்தைக் கண்டறிந்து சொன்னார்.

"நமக்கு வேண்டிய முழு அறிவையும் கொடுக்கக் கூடியதாக ஒரு நூல் வேண்டுமானால் அது திருக்குறள்தான் என்பதை தெளிவாக உணருங்கள்; நன்றாக மனதில் பதிய வையுங்கள். மனுதர்மத்தை அடியோடு கண்டிப்பதற்காகவே ஏற்பட்ட நூல் திருக்குறள். மக்கள் நல்வாழ்க்கைக்குக் கேடாக வந்து சேர்ந்த ஆரிய அதர்மத்தை ஒழிப்பதையே நோக்கமாகக் கொண்டு ஒருமறுப்பு நூலாகவே திருக்குறள் எழுதப்பட்டதாகத்தான் நான் கருதுகிறேன்" என்று வள்ளுவரின் நோக்கை கூறினார் பெரியார்.

"ஆரியர் கொள்கையான உயிர்ப் பலியிடுவதை திருக்குறள் தீவிரமாக எதிர்த்தது.

உயர்ந்த சாதி தாழ்ந்த சாதி என்றில்லை. எல்லோரும் ஒன்று என்று கூறினார். பிறவி பேதம் இல்லை. "பிறப்பொக்கும் எல்லா உயிர்க்கும்" என்றார்.

"யாவருக்கும், எந்தக் காரியத்துக்கும் பொருந்தக்கூடிய கொள்கைகள் திருக்குறளில் நிறையவுள்ளன. அதில் கூறப்பட்டுள்ள கொள்கைகளை நாம் பொது நெறியாகக் கொள்வது அவசியம். திருக்குறள் எந்தவொரு மதத்திற்கும் உரியது அல்ல.

திருக்குறள் ஒன்று போதும் இந்நாட்டு மக்களுக்கெல்லாம் அறிவை உண்டாக்க; ஒழுக்கத்தை உண்டாக்க வேறு மத நூல்கள் தேவையில்லை.

இராமாயணத்தில் நூறு பாட்டு பெரிய புராணத்தில் 200 பாட்டு, பாகவதத்தில் நூறுபாட்டு, பகவத் கீதையில் 300 பாட்டு படிப்பதைக் காட்டிலும் திருக்குறளைப் படிப்பது எவ்வளவோ மேலாக இருக்கும்.

திருக்குறளில் பொய் மெய்யாகவோ அல்லது மெய் பொய்யாகவோ கூறப்பட்டிருக்கவில்லை.

ஒரு கடவுள் இருந்தால் அது இப்படி இருக்கவேண்டும். இல்லையென்றால் அது ஒழியவேண்டும் என்று வள்ளுவர் கூறுகிறார்.

உத்தியோகத்திற்கு தேர்ந்தெடுக்க தேர்வு நடத்தும்போது திருக்குறளிலிருந்துதான் கேள்வி கேட்க வேண்டும். உத்தியோகத்திற்கு சாஸ்திரங்கள் பயன்படுவதில்லை. ஆனால் திருக்குறள் என்றென்றைக்கும் பயன்படும்.

திருக்குறளைச் சிலர் தங்கள் சொந்த நலனுக்கேற்ப-ஆதிக்கத்தை நிலைநிறுத்தவதற்கேற்ப பொருள்கூறி உரை எழுதுகின்றனர். இப்பித்தலாட்டங்களையெல்லாம் ஒழிக்க வேண்டிய பொறுப்பு தமிழ் அறிஞர்களுடையது" என்று வலியுறுத்தினார்.

"வள்ளுவர் சொன்ன 'ஊழ்' என்பதற்கு பிறவிக்குணம், இயற்கைக் குணம் என்கின்ற கருத்துக்களேயாகும். இப்பிறவியில் சில குணங்களை திருத்தலாம். சிலவற்றைத் திருத்த முடியாது. அவற்றையே 'ஊழ்' என்றும், 'ஊழ் முந்துறும்' என்றும் வள்ளுவர் கூறினார்." என்று ஊழுக்கு விளக்கம் சொன்னார் பெரியார்.

இத்தகு சிறப்புமிகு திருக்குறளை அச்சேற்றி மலிவு விலையில் எல்லோரும் படிக்கும்படி செய்தார். பண்டிதர்கள் மட்டுமே பயன்படுத்தி வந்த திருக்குறளை பாமரனும் படித்துப் பயன்பெறும்படி செய்த பெருமை பெரியாரைச் சாரும்.

திருக்குறளைப் பரப்ப பல மாநாடுகளை நடத்தினார். சில குறள்களுக்கு உரை எழுதினார்.

திருக்குறளைப் பரப்ப முதன்முதலில் முயற்சி மேற்கொண்டவர் பெரியாரேயாவார். அவர் பரப்பியதற்கும் பின்னரே திருக்குறள் எல்லாப் பிரிவு மக்களையும் சென்று சேர்ந்தது.

23

தமிழ் எழுத்தை மாற்றலும் தமிழ்ப் பண்டிதரைத் தூற்றலும்

தந்தை பெரியார் அவர்கள் தன் மனதிற்குச் சரியென்று பட்டதை சொல்லவோ செய்யவோ தவறிய தில்லை. அவ்வகையில் தமிழ் எழுத்துச் சீர்திருத்தமும், தமிழ் பண்டிதர்கள்மீது தாக்குதலும் அமைந்தன.

தமிழ் எழுத்துக்கள் இவ்வளவு தேவையில்லை. இதனால் தட்டச்சு செய்யவும், அச்சுக் கோர்க்கவும், நினைவில் வைத்துக் கொள்ளவும் சிரமம் ஏற்படுகிறது. எனவே, அவற்றை 64 எழுத்துக்களாக குறைக்க வேண்டும் என்று பெரியார் கூறினார்.

"26 எழுத்துக்களை வைத்துக்கொண்டு வெள்ளைக் காரன் உலகத்தையே புரட்டுகிறான். தமிழா! உனக்கு ஏன் இவ்வளவு எழுத்துக்கள்" என்று கேட்டார் பெரியார்.

"மொழி என்பது மனிதனுக்குக் கருத்துக்களைப் பரிமாறிக் கொள்ளும் அளவிற்கு, விஷயங்களைப் புரிந்து கொள்ள வாய்ப்பளிக்கும் அளவுக்குத் தேவையானதே ஒழிய பற்றுக் கொள்வதற்கு அவசியமானதல்ல" என்றார்.

இவர்தான் பெரியார்

ஆனால், தமிழின் சிறப்பை அவர் மறுக்கவில்லை.

''நம் தமிழ்மொழி தாய்மொழி என்ற மட்டிலும் அல்லாமல் எல்லா வளப்பங்களும் கொண்ட சிறந்த மொழி. இந்தியாவிலே பழமைவாய்ந்த பண்பட்ட மொழியாகும்'' என்றார்.

ஆனால்,

''தமிழ் மொழியானது மனிதன் காட்டுமிராண்டியாக இருந்த காலத்தில் ஏற்பட்ட மொழி.... அதில் வளர்ச்சிக்கும் விஞ்ஞான முன்னேற்றத்திற்கும் பயனில்லை. மற்ற மொழிகளில் மொழி பெயர்த்து அதன்மூலம் நாம் முன்னேறிக் கொண்டால்தான் உண்டு'' என்பதை உணர்த்த தமிழைக் காட்டுமிராண்டி மொழி என்றும் விமர்சித்தார். காலத்திற்கு ஏற்ப மாற்றப் பெறாத மொழி என்ற கருத்திலேதான் பெரியார் இவ்வாறு சொன்னார்.

தமிழில் உள்ள ணு,ரு,ஞ,ணே,லே, ளே,னே, ஆகிய எழுத்துக்களை ணா,றா,னா, ணை,லை,ளை,னை என்பதாக திருத்தி எழுதச் சொன்னார்.

தமிழ் எழுத்துக்களில் 'கை' 'தை' என்று எழுதுகிறோம். ஆனால், லே, ளே என்று ஏன் எழுதவேண்டும்? அதையும் லை, ளை என்று எழுத வேண்டியதுதானே என்ற அடிப்படையிலே இச்சீர்திருத்தம் செய்தார்.

தமிழ் எழுத்துக்களில் லே, ளே, ணே, னே எழுத்துக்களை மட்டும் 'ை' எழுத்து சேர்க்காமல் எழுதியதற்கு காரணம் உண்டு. எழுத்தின் துவக்கத்தில் சுழியோடு தொடங்கும் எழுத்துக்களை எளிமையாக ஒரே எழுத்தில் எழுதவே அம்முறை தொன்று தொட்டு இருந்தது. எனவே, அது முரண்பட்ட நிலையன்று. எளிமையின் பொருட்டே அவ்வெழுத்துக்கள் மட்டும் அப்படி எழுதப்பட்டன. ஆனால் பெரியார் குழப்பம் இருக்கக் கூடாது என்பதற்காக இச்சீர்திருத்தத்தைச் செய்தார். ஏற்கனவே இருந்த எழுத்து முறை எழுத எளியமுறை, பெரியார் செய்த சீர்திருத்த முறை கற்க எளிய முறை குழப்பமற்ற முறை.

பக்தியைப் பரப்பவும், நயம்பட சொல்லவும், கற்பனைத் திறத்தைக் காட்டவும் திறமையாக சொல்லவும் மட்டுமே தமிழ் வளம்பெற்றிருக்கிறது. வாழ்வுக்கும், வளர்ச்சிக்கும், அறிவியலுக்கும், தொழில் நுட்பத்திற்கும் அதை வளர்த்தெடுக்கவில்லை. அதற்கேற்ப அதைச் சீர்திருத்தவில்லை. மாற்றியமைக்கவில்லை. பழமையை பாதுகாக்க விரும்புகிறோமே தவிர,

கால வளர்ச்சிக்கு ஏற்ப, நாமும் தேவையான மாற்றத்தைச் செய்துகொண்டு, மற்றவர்களோடு போட்டியிட்டு நாமும், நம் மொழியும் வளரவேண்டும் என்ற ஆதங்கம்தான் பெரியாரிடமிருந்ததே ஒழிய மற்றபடி தமிழ் மொழியை தரக்குறைவாகப் பேசவேண்டும் என்ற எண்ணம் இல்லை.

''கல்வி என்பது வயிற்றுப் பிழைப்புக்காக மட்டும் இருக்கக் கூடாது. அது அறிவுக்காகவும் வேண்டும்'' என்றார் பெரியார்.

''இத்தனை காலமும் தமிழ் தோன்றிய 3000, 4000 ஆண்டு காலமாக இந்த நாட்டில் வாழ்ந்த தமிழனாலும் தமிழ் படித்த புலவனாலும் தமிழ்நாட்டிற்கு, தமிழ் சமுதாயத்திற்கு என்ன நன்மை? என்ன முற்போக்கு உண்டாக்கப்பட்டிருக்கிறது? இதுவரை எந்தப் புலவனால், எந்த வித்துவானால், எவன் உண்டாக்கிய இலக்கியங்களினால் தமிழனுக்கு ஏற்படுத்தப்பட்ட, நன்மை என்ன? என்று கேட்கிறேன்.''

''உங்கள் தமிழை ஆரியர்கள் 'நீச பாஷை' என்று பல்லாயிரம் ஆண்டுகளுக்கு முன்னால் சாஸ்திரங்களில் எழுதி வைத்து, கடவுள் இருக்கும் இடத்தில் புகாமல் விரட்டியடித்ததோடு, உங்களையும் உள்ளே புகவிடாமல் தீண்டாதவனாக ஆக்கிவைத்திருக்கின்றனரே! இதற்காக நீங்கள் என்றாவது வெட்கப்பட்டதுண்டா?'' என்று பொறுப்புணர்ச்சியோடு தமிழ்ப் பண்டிதர்களைச் சாடினார் பெரியார்.

பெரியார் தமிழ் எழுத்துச் சீர்திருத்தம் பற்றிக் கூறும் போது பலர் மொழியில் கைவைக்கலாமா? மொழியில் கைவைக்க இவர்கள் யார்? என்று கேட்டார்கள். அதற்கு பெரியார்.

''தமிழில் எழுத்துச் சீர்திருத்தம் செய்வது பெரிய காரியம். அவ்வளவு பெரிய காரியத்தைச் செய்ய நான் தகுதியற்றவன் என்பதை ஒப்புக் கொள்கிறேன். ஆனால் தகுதியுள்ளவர்கள் எவரும் வெளி வராவிட்டால் நான் என்ன செய்வது? என்னைக் குறைகூறவோ, திருத்தவோ முயற்சிப்பதன்மூலம், இதற்கு ஒருவழி பிறக்காதா? என்று தான் துணிந்தேன்'' என்றார்.

ஆக, தமிழும் உலகில் தலைநிமிர்ந்து நிற்கவேண்டும். தமிழன் அதன்மூலம் உயர்ந்து நிற்க வேண்டும். அதற்கேற்ப தமிழ் மாற்றமும் அறிவியல் ஏற்றமும் பெறவேண்டும் என்றே விரும்பினார்.

நம் தமிழ்மொழி தோன்றிய காலத்திலிருந்து இப்படியே இருக்க வில்லை. அதன் எழுத்துக்கள் எவ்வளவோ மாறியிருக்கின்றன. கல்வெட்டில் தமிழ் எழுத்துக்களை நாம் படிக்க முடியாது. தற்போது அவ்வளவு மாற்றம் தமிழ் எழுத்தில் ஏற்பட்டுள்ளது.

''ரஷ்யாவில் பழைய எழுத்துக்களை எடுத்து விட்டார்கள். புதிய எழுத்துக்கள் சேர்த்தார்கள். அமெரிக்காவில் ஸ்பெல்லிங் (Spelling) முறையை மாற்றி விட்டார்கள். தமிழுக்காக தமிழர்கள் என்ன மாற்றம் செய்தார்கள்?'' என்று பெரியார் வருத்தப்பட்டார்.

''உயிர் எழுத்து 10, உயிர் மெய் எழுத்து 18, ஒற்றெழுத்து 19 எழுத்துக்களின் குறிப்புகள் அதாவது ா, ு, ெ, ே, போன்ற 7 ஆக 54 எழுத்துக்கள் போதும். ஜ, ஸ, ண்ஷ,ஹ, ட்ச என்கின்ற கிரந்த எழுத்துக்களையும் சேர்த்துக் கொள்ள வேண்டுமானால் அதில் குற்றெழுத்து உட்பட ஒரு பத்து எழுத்து அதிகமாகி ஆக 64 எழுத்துக்கள் போதும்'' என்று பெரியார் தமிழ் எழுத்துக்களை மாற்றம் செய்யவேண்டிய வகைபற்றி கூறினார்.

பெரியாரின் அடியொற்றி சில தமிழ் அறிஞர்கள் இன்னும் சுருக்க முடியும், தமிழ் எழுத்துக்களை குறைக்க முடியும் என்றனர். எந்தவொன்றையும் மாற்றத்துக்கு உட்படுத்தும்போதுதான் அது ஏற்றம்பெறும்; வளரும். மொழி மட்டும் அதற்கு விலக்காகிவிட முடியாது. வீண் பிடிவாதமும் வரட்டுக் கவுரமும் பார்க்கக் கூடாது என்பதே பெரியாரின் கருத்து.

பெரியார் எழுத்துச் சீர்திருத்தத்தின் ஒரு பகுதியை தமிழக முதல்வராக இருந்த திரு.எம்.ஜி. இராமச்சந்திரன் அவர்கள் சட்ட மாக்கியதன்மூலம் ஒரு பகுதி மாற்றம் தமிழுக்குக் கிடைத்தது. இம்மாற்றம் முதலில் எதிர்க்கப்பட்டாலும் இன்று எல்லோராலும் ஏற்றுக் கொள்ளப் பட்டுவிட்டது.

எனவே, துணிவான, அறிவுப்பூர்வமான, உயர் நோக்குக் கொண்ட ஒரு சில செயல்கள் செய்யப்பட்டால்தான் நாடோ, மொழியோ, கலையோ வளர முடியும் என்பதை பெரியார் உணர்த்திச் சென்றார்.

24

பிடித்த கம்யூனிசமும் பிடிக்காத காம்ரேடுகளும்

மனிதநேயத்திற்கு எதுவெல்லாம் உகந்ததோ அதுவே பெரியாரின் கொள்கை. அவ்வகையில் கம்யூனிச சித்தாந்தம் (சமதர்மக் கொள்கை) பெரியாருக்கு முதன்மை யானது; சமதர்மமே அவரது முதன்மை இலக்கு என்றால் அது மிகையன்று.

ஆனால், இந்திய மண்ணிற்கு ஏற்ப அதைப் பயிரிட்டு அறுவடை செய்ய நினைத்தவர் பெரியார். சம தர்மத்தை அடைய எதுவெல்லாம் தடையோ அவற்றை எதிர்த்தாக வேண்டிய நிர்பந்தத்தை அவர் சரியாக உணர்ந்ததால் அவர் இலக்கை விட்டுவிட்டு இடையூறு அகற்றும் பணியில் வாழ்வைச் செலவிட நேர்ந்தது.

அவர் கொடியின் தத்துவமே சமதர்மத்தை நோக்கமாகக் கொண்டதுதான். சிவப்பு சமதர்மத்தின் அடையாளம். கருப்பு அறியாமை மற்றும் ஆதிக்கத்தின் அடையாளம். கருப்பு அகல அகல அவ்விடத்தை சிவப்பு நிரம்பும். இறுதியில் கொடியே செங்கொடியாகும் என்பதே பெரியாரின் எதிர்பார்ப்பு.

இவர்தான் பெரியார்

பெரியாருக்கு இரண்டு பிரச்சனைகள் எழாமல் இருந்திருந்தால் அவர் நேரடியாக செங்கொடியை ஏந்தியிருப்பார். இந்த நாட்டின் கம்யூனிசத் தலைவராகவே அவர் திகழ்ந்திருப்பார்.

ஒன்று, கம்யூனிசத்தைக் கொண்டுவர மதமும், கடவுளும், பிராமண ஆதிக்கமும் ஒழிக்கப்பட வேண்டும் என்பது. இம்முயற்சியின்றி, இவற்றை எதிர்த்துப் போராடாமல் இங்கு கம்யூனிசம் சாத்தியமல்ல என்பது.

இரண்டு, கம்யூனிசம் வளரக்கூடாது என்பதற்காகவே, கம்யூனிஸ்ட்டு கட்சியில் 'பிராமணர்கள்' ஊடுருவியுள்ளார்கள். அவர்கள் ஆதிக்கம் இருக்கும் வரை கம்யூனிசம் இந்த நாட்டில் வளராது என்ற பெரியாரின் முடிவு மற்றொன்று.

இவற்றால் அவர் கம்யூனிஸ்டுகளோடு இணைய முடியாமலே இயங்க வேண்டியவரானார். இதைப் பெரியாரே தெளிவாகக் குறிப்பிட்டுள்ளார்.

''திராவிடர்களை வையாமல், பார்ப்பனர்களுக்கும், காங்கிரஸாருக்கும் நல்ல பிள்ளையாக இருக்கும் நிலையை கம்யூனிஸ்ட்டுகள் உதறினால் அவர்கள் பின்னால் நாங்களும் கொடி தூக்கிச் செல்லத் தயாராய் இருக்கிறோம்'' என்றார் பெரியார்.

மேலும், ''கம்யூனிஸ்ட்டுகள் என்பவர்கள் கடவுள் மதம், பார்ப்பான், சாத்திரம், கோயில், கோயிலுக்கான செலவு பார்ப்பனச் சடங்கு, மடாதிபதிகள் பற்றியெல்லாம் பேசமாட்டோம் என்கிறார்கள். இவர்களை எப்படி நாணயமான கம்யூனிஸ்ட்டுகள் என்பது?'' என்று கேட்டார் பெரியார். (6-4-1946-குடியரசு).

ஆனால் கம்யூனிஸ்ட்டுகள், ''சமூகமானது உடமைக்காரர்கள் (சொத்து உள்ளவர்கள்) என்றும் உடமை அற்றவர்கள் என்றும் வர்க்கப் பிளவு கொண்டது. உடமைக்காரர்கள் தங்கள் ஆதிக்கத்தை நிலைக்கச் செய்ய கடவுள், மதம் போன்றவைகளைப் பயன்படுத்துகிறார்கள். உடமைக்காரர் களால் சுரண்டப்படும், நசுக்கப்படும் வறுமை நிலை உழைக்கும் மக்களை ஒன்று திரட்டிப் போராடி வெற்றி பெற்றால் சுரண்டலற்ற புதிய சமுதாயம் தோன்றும். அதன்மூலம் சமூகத்தைப் பீடித்திருக்கும் சாதி, மத, கடவுள் கொள்கைகள் மறைந்துவிடும்'' என்று கம்யூனிஸ்ட்டுகள் கூறுகின்றனர்.

‘‘கடவுளையும், மதத்தையும் ஒழிப்பதன்மூலமே மாற்றம் வரும். அதன்மூலமே சமதர்ம சமுதாயம் சாத்தியம் என்பது பெரியாரின் உறுதி.

இங்கு பெரியாரின் வாதத்தில் யதார்த்த நிலை இருப்பதற்கு என்ன காரணமென்றால், உலகில் எல்லா நாடுகளிலும் சொத்து உடையவன் சொத்து இல்லாதவன்மீது ஆதிக்கம் செலுத்துவான், சுரண்டுவான் என்பதே பொது நியதி-அதற்கு ஏற்ப உருவாக்கப்பட்டதே கம்யூனிச விதி.

ஆனால், சொத்தே இல்லாமல் கடவுள், மதம், சாஸ்திரம், உயர் சாதி அந்தஸ்து என்ற வெற்று ஏற்பாடுகளினால் மட்டுமே ஆதிக்கம் செலுத்தி சுரண்டுகின்ற விசித்திர நிலை இந்தியாவில் மட்டுமே உண்டு அப்படியிருக்க மற்ற நாடுகளுக்குப் பொருந்தக்கூடிய ஒரு கம்யூனிச வழிமுறையை அப்படியே இந்தியாவில் அமுல்படுத்த முடிவு செய்வதும், முயற்சிப்பதும் எப்படிச் சரியாகும்?

சரியில்லை, சாத்தியமில்லை என்பதை இன்றைய அரசியல் தெளிவாக உணர்த்திவிட்டது.

இந்தியாவைப் பொருத்தவரை சொத்துடைய ஆதிக்கவாதிகளான காங்கிரஸார் ஆட்சி அகற்றப்பட்ட அந்த இடத்தில் சொத்தில்லாதவர்களுக்கான கட்சியான கம்யூனிசம் வரவேண்டும்.

ஆனால், இந்தியாவில் காங்கிரஸ் போனவுடன் பாரதீய ஜனதா என்ற கட்சி ஆட்சியையும் அதிகாரத்தையும் கைப்பற்றுகிறது. சொத்தே இல்லாமல் கடவுள், மதம், சாஸ்திரம், உயர்சாதி அந்தஸ்து இவற்றை வைத்தே ஆதிக்கம் செலுத்தும் பிரிவின் மாற்று வடிவம்தானே பி.ஜே.பி.

ஆக, இந்தியாவில் ஒழிக்கப்பட வேண்டியது, சொத்துடை யவர்கள் (உடமைக்காரர்கள்) ஆதிக்கம் மட்டுமல்ல, சொத்தே இல்லாமல் கடவுள் மதத்தால் சுரண்டும் கூட்டமும் ஆகும் என்பதை இங்கு கட்டாயம் கண்டுகொள்ள வேண்டும்.

கண்டுகொள்ளாததன் விளைவுதான் காங்கிரஸ் ஒழிந்தவுடன் கம்யூனிசம் ஆட்சிக்கு வரவேண்டியதற்குப் பதில் பி.ஜே.பி. ஆட்சிக்கு வந்தது.

இந்த உண்மை நிலையை சரியாக அறிந்ததால்தான் பெரியார், இந்திய நாட்டு கம்யூனிஸ்ட்டுகளோடு முரண்பட்டார்.

பெரியாரும் கம்யூனிஸ்ட்டுகளும் இப்படி கொள்கையால் அணுகுமுறையால் மாறுபட்டு நின்றாலும் பல நேர்வுகளில் (பல பிரச்சனைகளில்) பெரியார் கம்யூனிஸ்ட்டுகளுக்கு உதவியே வந்தார்.

1948ம் ஆண்டு கல்கத்தாவில் நடைபெற்ற இந்திய கம்யூனிஸ்ட் கட்சியின் இரண்டாவது அகில இந்திய மாநாட்டு முடிவைக் காரணம் காட்டி நேருவின் ஆட்சி, கம்யூனிஸ்ட் கட்சியையும், அதன் சார்புடைய தொழிற் சங்கங்களையும் தடை செய்தது. நூற்றுக்கணக்கான கம்யூனிஸ்ட் தொண்டர்கள் கைது செய்யப்பட்டனர். சிறைச்சாலைகளில் அடக்குமுறை அதிகம் நடந்தது.

இவற்றைப் பெரியார் வன்மையாகக் கண்டித்தார். விடுதலையிலும் அறிக்கை விட்டார். கம்யூனிஸ்ட் தலைவர் அறிக்கைகளையும் வெளியிட்டார்.

1950 பிப்ரவரி 11ந்தேதி சேலம் சிறை துப்பாக்கிச் சூட்டில் 22 கம்யூனிஸ்ட்டுகள் சுட்டுக் கொல்லப்பட்டபோது, எல்லோரும் அரசை எதிர்க்க தயங்கி நின்றபோது, பெரியார் கண்டன அறிக்கைகளை வெளியிட்டார். தி.க.உறுப்பினர்கள் மார்ச் மாதம் 5ந்தேதி கண்டனக் கூட்டம் நடத்தவேண்டும் என்று கட்டளையிட்டார்.

பின்னர் கம்யூனிஸ்ட்டுகள் விடுதலை செய்யப்பட்ட போது, மூடப்பட்ட கம்யூனிஸ்ட் அலுவலகங்கள் எல்லா இடங்களிலும் திறக்கப்பட்டன. பொன்மலையில் நடந்த இதுபோன்ற நிகழ்ச்சியில் பெரியார் கலந்து கொண்டார்.

1952ல் நடந்த பொதுத் தேர்தலில் காங்கிரஸை எதிர்த்து கம்யூனிஸ்ட்டுகளுக்கு ஆதரவாக பிரச்சாரம் செய்தார். அதிலும் பார்ப்பனர்களாகிய பி.ராமமூர்த்தியையும், எ. பாலசுப்பிரமணியத்தையும் ஆதரித்தார்.

பி.இராமமூர்த்தியை ஆதரிப்பதற்காக தனது பழைய நண்பர் பி.டி.ராஜனையே எதிர்த்து பிரச்சாரம் செய்தார்.

1952ல் பி.இராமமூர்த்தி கலப்புத் திருமணம் (பதிவுத் திருமணம்) செய்துகொண்டபோது எளிமையாக நடந்த திருமண வரவேற்பில் பெரியார் கலந்து கொண்டு மகிழ்ந்தார்; பாராட்டினார்.

1954ல் காமராசர் முதலமைச்சரான பின்னர் தான் காமராசரை ஆதரித்து, கம்யூனிஸ்ட்டுகள் தொடர்பைக் குறைத்தார்.

கம்யூனிச இயக்கத்தின் முக்கியத் தூணாகிய ஜீவா அவர்கள் இறந்தபின், அவரது மகள் திருமணத்தை திருச்சியில் தனது மாளிகையிலேயே பெரியார் நடத்தினார்.

கம்யூனிஸ்ட்டுகளும் பெரியார்மீது பெரும் மதிப்பு வைத்திருந்தனர். பெரியார் நூற்றாண்டின்போது, தீக்கதிர் ஏட்டில், கம்யூனிஸ்ட் தலைவர் எம்.ஆர்.வெங்கட்ராமன் சிறப்பாகப் பாராட்டி எழுதினார்.

"பெரியாரின் பகுத்தறிவுப் பிரச்சாரம் கம்யூனிசம் இந்நாட்டில் பரவ பெரிதும் உதவிற்று" என்று நன்றி கூறி எழுதியிருந்தார்.

25

'யுனஸ்கோ' (UNESCO) தந்த உயரிய சிறப்பு!

தந்தை பெரியார் அவர்கள் எதிர்காலத்தில் என்ன நிகழும் என்பதை முன்கூட்டியே யூகித்துக் கூறும் அறிவுக் கூர்மை பெற்றிருந்தார். எதிர்காலம் எப்படி யெல்லாம் இருக்கும் என்பதை அவர் 1930 வாக்கிலே சொல்லியிருக்கிறார்.

"உலகில் ஏற்படும் வளர்ச்சிகள் அனைத்தும் பழையவற்றோடு திருப்தி அடைந்து, அதுவே முடிவான பூரண உலகம் என்று கருதி, அப்பழையவற்றையே தேடித் திரியாமல், புதியவற்றில் ஆர்வம் கொண்டு நடுநிலை அறிவோடு முயற்சித்ததன் பலனாலேயே ஏற்பட்டவைகளாகும்."

"எதிர்கால உலகத்தில் அரசனது ஆட்சி அறவே இருக்காது. ஏனெனில் உலகில் தனி நபரின் சொத்துரிமை இருக்காது. மக்கள் உயிர் வாழ்க்கைக்கும், ஓய்விற்கும், அனுபவிப்பிற்கும் இன்றுள்ள உழைப்பு, கஷ்டங்கள், கட்டுக்காவல்கள் இருக்காது.

மஞ்சை. வசந்தன்

சுயேச்சை வசதியும், சுயநிர்ணய வழிகளும் தாராளமாய் இருக்கும்.''

''இழிவான வேலை என்பது இருக்காது! அடிமைத்தனம் இருக்காது. ஒருவரையொருவர் நம்பி வாழும் அவசியம் இருக்காது. பெண்களுக்குக் காவல், கட்டுப்பாடு, பாதுகாப்பு என்பதற்கான அவசியம் இருக்காது.''

உயர்வான வசதியான வாழ்வு வாழ மனிதன் ஒருநாள் ஒன்றுக்கு ஒரு மணி நேரம் அல்லது இரண்டு மணி நேரத்திற்கு மேல் வேலை செய்யவேண்டிய அவசியமே இருக்காது. **மக்கள் உடற்பயிற்சிக்காக வேலை செய்ய வேண்டுமே என்று கவலை கொண்டு உழைப்பு வேலைக்காக அலைவார்கள்.**

மக்கள் எல்லோரும் ஒன்றுபோல் அனுபவிப்பார்கள்.

சுகம் பெறுவதிலும், போக யோக்கியம் அடைவதிலும், நீண்டநாள் வாழ்வதிலும் ஆராய்ச்சியும், முயற்சியும் வளர்ந்து கொண்டே போகும்.''

''வருங்காலம் நாம் வரையறுக்கமுடியாத அற்புதங்களையும், அதிசயங்களையும் கொண்டிருக்கும்..... அறிவாளிகள், சிந்தனையாளர்கள், முற்போக்கில் கவலையுள்ளவர்கள் ஆகியவர்களுக்கு இவற்றின்மூலம் சதா வேலைகள் இருந்து கொண்டேயிருக்கும்.

அப்படிப்பட்ட வேலைகள் இன்றுள்ளதுபோல் கூலிக்கு வேலை செய்வதுபோலவோ, இலாபத்துக்கு வேலை செய்வது போலவோ இல்லாமல் உற்சாகத்துக்காகவும், போட்டி பந்தய உணர்ச்சி போன்ற தூண்டுதலுக்காகவும், ஊக்கத்துடன் வேலை செய்வதாக இருக்கும். அதைப் பார்த்து ஒவ்வொரு குழந்தைக்கும் தனது வாழ்நாளில் தன்னை என்ன காரியத்தைச் செய்து முடித்து உலகிற்கு பயன்படச் செய்து கொள்வது என்ற கருத்தே வளரும்.

அப்படிப்பட்ட காலத்தில் சோம்பேறிகள் இருக்க முடியாது. வேலை செய்ய வாய்ப்பில்லாமல் நேரம் வீணாகிறதே! என்று வேலைக்குப் போராடிக்கொண்டிருப்பார்கள். எல்லா மக்களுக்கும் அவர்கள் ஆசைதீர வேலை கொடுக்கமுடியாத காலமாக இருக்குமே ஒழிய வேலைக்கு ஆள் தேட வேண்டியதாக இருக்காது.

இழிவான வேலை என்பது வருங்காலத்தில் இருக்க முடியாது. எல்லாம் எந்திரங்களாலே நடைபெறும். கக்கூஸ் எடுக்க வேண்டியதும், துலக்க வேண்டியதும், வீதி கூட்ட வேண்டியதும் கூட எந்திரங்களாலே நடைபெறும்.

அப்படிப்பட்ட காலத்தில் கவுரவம் வேண்டும் என்பவர்கள் பொதுஜன நன்மை சவுகரியம் ஆகியவைகளைச் செய்வர்.''

''எதிர்காலத்தில் ஒழுக்கக் குறைவு என்பதற்கு இடமே இருக்காது. சொத்துரிமையும் ஏற்றத்தாழ்வும் இல்லாதபோது, சேர்க்கவேண்டும் என்ற எண்ணம் எழாதபோது ஒழுக்கக்குறைவு ஏற்படாது. இதனால் விபச்சாரம் செய்ய வேண்டிய அவசியமும் வராது!''

''பெண்ணடிமையோ ஆண் ஆதிக்கமோ இல்லாமலும், ஒத்த காதல், ஒத்த இன்பம் ஒன்றுபட்ட உள்ளம் கொண்ட கலவியால் தனிப்பட்ட நபர்களோ சமுதாயமோ கேடற்று விளங்கும்.''

''போக்குவரவு எங்கும் ஆகாய விமானமும்; அதிவேக சாதனமுமாகவே இருக்கும்.

கம்பியில்லாத் தந்தி சாதனம் ஒவ்வொருவர் சட்டைப்பையிலும் இருக்கும்.

ஆளுக்காள் தொலைபேசியில் உருவம்காட்டிப் பேசும் வசதி வரும்.

உணவுப் பொருள் சத்துப் பொருளாகச் சுருக்கப்பட்டு ஒரு வாரத்திற்கு ஒரு சிறு குப்பியில் அடங்கக்கூடிய உணவு ஏற்படும்.

மனித ஆயுள் நூறு வருடம் என்பது மாறி இரட்டிப்பாகவோ, இன்னும் அதிகமாகவோ மாறலாம்.

ஆண்களின் வீரியத்தை (விந்தை) ஊசியின்மூலம் பெண் கருப்பைக்குள் செலுத்தி, ஆண்-பெண் சேர்க்கையின்றியே குழந்தை பெறுவது நிகழும்.

மக்கட் தொகை கட்டுப்படுத்தப்பட்டு ஒரு அளவுக்குள் கொண்டு வரப்படும்.''

எடைமிக்க வாகனங்களின் எடை வெகுவாகக் குறைக்கப்படும். பெட்ரோலுக்குப் பதில் மின்சாரத்தையே உபயோகப்படுத்தக்கூடும்; அல்லது விசை சேகரிப்பாலே ஓட்டப்படலாம்.

இன்றைய அரசு உடைமை, நீதி, நிர்வாகம், கல்வி போன்ற வற்றின் தற்போதைய அமைப்பு அர்த்தமற்றதாகப் போய்விடும்.''

இனிவரும் உலகில் கடவுளைப் பற்றி போதிக்கிறவர்களும், நினைக்கிறவர்களும் இருக்கமாட்டார்கள். காரணம் கடவுளை நினைக்க வேண்டிய அவசியம் மனிதனுக்கு இருக்காது.

புதிய உலகத்தில் மோட்சம் நரகத்திற்கு இடமிருக்காது'' என்று வருங்காலம் பற்றி துல்லியமாகக் கணித்துச் சொன்னதால் பெரியாருக்கு, உலக அமைப்பான 'யுனஸ்கோ' நிறுவனம் 27-06-1970ல் ''பெரியார் புதிய உலகத்தின் தீர்க்கதரிசி. சமுதாய சீர்திருத்த இயக்கத்தின் தந்தை'' என்ற உயரிய பட்டயத்தை வழங்கியது. இது போன்ற பட்டயம் வேறு யாருக்கும் இவ்வுலகில் வழங்கப்படவில்லை.

26

சுயமரியாதைத் திருமணம்

"திருமணம் என்பது வயது வந்த, அறிவு வந்த ஒரு ஆணும் பெண்ணும் சம்பந்தப்பட்ட காரியமே ஒழிய மற்ற யாருக்கும் வேறு எந்தக் கட்டுப்பாட்டுக்கும் சம்பந்தப்பட்டதல்ல.

''கல்யாணம், ''திருமணம்'' என்கின்ற பெயர் களைக் கூட நான் ஒப்புக் கொள்வதில்லை. வாழ்க்கைத் துணை ஒப்பந்தம் என்றே சொல்ல விரும்புகிறேன். ஆகையால் ஒப்பந்தத்திற்கும் உறுதிமொழிக்கும் தேவையானால் பதிவு ஆதாரம் வேண்டுமே ஒழிய வேறு காரியங்கள் எதற்கு? அதற்காக காலம், பணம், அறிவு, ஊக்கம், சக்தி இவைகள் ஏன் வீணாக வேண்டும்?

''திருமணக் கூடத்தில் நெருப்புப்போட்டு புகைத்தும், அதில் நெய்யைக் கொட்டியும், அம்மி மிதித்தும் அருந்ததி பார்த்தும், அர்த்தம் புரியாத 'மந்திரம்' சொல்லியும், பகலில் தேவையில்லாமல் விளக்கெரித்தும் ஏன் சடங்குகள் செய்யவேண்டும்?''

"பருப்பில் போட்டுச் சாப்பிட வேண்டிய நெய்யை நெருப்பில் போடலாமா?"

"எதிர்காலத்தில் மணமக்கள் கலகம் செய்து கொண்டால், நெருப்பும், அம்மியும், குழவியும், அருந்ததியும் வந்து சாட்சி சொல்லுமா?"

"எந்தக் காரணத்தைக் கொண்டும் விருந்து போடுவதும், புதுத்துணிகள் வாங்கி விநியோகிப்பதும், கல்யாணத்திற்கு என்று நகைகள் செய்வதும் தேவையற்றதும், இழப்பு ஏற்படுத்தக் கூடியது மாகும். செலவு செய்யத் தகுதியுள்ள பணங்கள் கடன் வாங்காத சொந்தப் பணமாக இருக்குமானால், திருமணத்தைப் பதிவு செய்வதற்கு முன், பெண்ணின் பேரால் ஒரு வங்கியில் போட்டு பெருக்கச் செய்து, பின்னால் பிள்ளை வளர்ப்பதற்கும் அதன் கல்விக்கும் பயன்படுத்தினால் உயர்விற்கு உதவும்."

"திருமணம் நடக்கின்ற நிமிடம் வரை மாப்பிள்ளை பெண்ணைப் பார்த்திருக்கமாட்டான், பெண் மாப்பிள்ளையைப் பார்த்திருக்க மாட்டாள், 100க்கு 99 திருமணத்தில் மாப்பிள்ளையும் பெண்ணும் ஒருவரை யொருவர் சந்தித்துப் பேசியிருக்கவே மாட்டார்கள்.

உடற்பொருத்தம், அறிவுப் பொருத்தம், குணப்பொருத்தம் இவையெல்லாம் பார்க்கப்படாமல்தான் திருமணங்கள் தீர்மானிக்கப் படுகின்றன. மணமக்கள் சம்பந்தமாக ஏதாவது கவனிக்கப்படுகிற தென்றால் அது சாதகப் பொருத்தமாகத்தான் இருக்கும். சில நேரங்களில் பிறந்த நேரத்தைக்கூட கவனிக்காமல் பெயர்ப் பொருத்தம் அல்லது கோயிலில் பூப்போட்டு கேட்பது, கருடன் பறப்பதைப் பார்ப்பது, பல்லி கத்துவது மூலமோ, இருவர் பெயர் எழுதப்பட்ட சீட்டுகளின்மீது ஈ (பறவை) உட்காருவதன் மூலமோ அல்லது கோயில்களில் ஏதாவது ஒருவன் சாமியாடி வாக்குச் சொல்வதன் மூலமோ திருமணத்தைத் தீர்மானம் செய்கின்றனர். இது எவ்வளவு காட்டுமிராண்டித்தனம்?

ஆனால், சுயமரியாதைத் திருமணம் என்பது இப்படியில்லாமல் மணமக்கள் ஒருவரையொருவர் அறிந்து தங்கள் விருப்பப்படி தெரிவுசெய்து, அர்த்தமற்ற சடங்குகளை ஒழித்து, நம்மை இழிவு படுத்தும் புரோகிதன் மற்றும் அவன் ஓதும் மந்திரத்தை ஒழித்துச் சிக்கனமாக, நேரங்காலம் பாராது, வசதிக்கு ஏற்ப, வரதட்சணைக் கொடுமையின்றி, பெண்ணுக்கும் சமவாய்ப்பும் சமஉரிமையும்

அளித்து ஒப்பந்த உறுதி ஏற்று செய்து கொள்ளக் கூடியது என்று நாட்டுக்கும் உலகிற்கும் விளக்கினார்; மானமும் அறிவும் உள்ளவர்களாக மாற்றினார். தன் வாழ்வில் வெற்றியும் கண்டார்.

புரோகிதன் ஓதும் மந்திரத்தையெல்லாம் விளக்கிச் சொல்லி, புரோகிதனையும், மந்திரத்தையும் ஏற்று நாம் திருமணம் செய்து கொண்டால் எவ்வளவு மான இழப்பு ஏற்படுகிறது என்பதைத் தெளிவாக எடுத்துக் கூறினார்.

சுயமரியாதைத் திருமணத்தின் முக்கியத்தத்துவம் கூட்டு வாழ்க்கையில் கணவனுக்கும் மனைவிக்கும் எவ்வித வேறுபாடோ, ஏற்றத்தாழ்வோ இல்லை, சகல துறைகளிலும் சமவாய்ப்பு அளிக்கப்படவேண்டும் என்பதேயாகும் என்று வரையறுத்தார்.

"திருமணம் என்பது ஓர் ஆணும் பெண்ணும் கூடி இயற்கை இன்பத்தை நுகரவும், ஒருவரை ஒருவர் காதலித்து, ஒருவருக்கொருவர் வாழ்க்கைப் போட்டியில் ஏற்படும் சிரமத்துக்கு இளைப்பாறவும், ஆயாசம் தீர்த்துக் கொள்ளவும் ஓர் ஆணுக்கு ஒரு பெண்ணும், ஒரு பெண்ணுக்கு ஓர் ஆணும் வேண்டியிருப்பதை அறிந்து ஒன்று சேர்க்கும் ஏற்பாடு என்பதைப் பலர் சிந்திப்பதே இல்லை" என்றார் பெரியார்.

திருமணம் சொர்க்கத்தில் நிர்ணயிக்கப்படுவதாகவும், கடவுள் போட்ட முடிச்சு என்றும் மூடத்தனமாக நம்பிக்கொண்டு, கல்லானாலும், கணவன், புல்லானாலும் புருஷன் என்று அனுபவித்தே ஆகவேண்டும் என்றும் திருமணத்தை ஒரு விலங்காக மாட்டிக் கொள்கின்ற மக்களுக்கு அய்யாவின் விளக்கம் அற்புத மருந்தாகும்.

"திருமணத்தில் புரோகிதன் எதற்கு? புரோகிதன் என்றால் யார்? புரோகிதன் என்பவனுக்கு உள்ள லட்சணம் எல்லாம் முதலில் அவன் உயர் ஜாதிக்காரனாய் இருக்க வேண்டும். அவன் நடத்தைபற்றி கவலையில்லை. நமக்கு புரியாத மொழியில், புரியாத சடங்குகளை செய்து பணம், பண்டம் வசூல் பண்ணிக் கொண்டு போகிறவன்தான் இன்றைக்குப் புரோகிதன் என்பவன்.

புரோகிதன் உயர் சாதிக்காரன் என்பதற்காகத்தான் அவனைத் திருமணத்திற்கு அழைக்கிறோம். அவன் அறிவாளி, படித்தவன் என்பதற்காக அழைக்கவில்லை. அவன் நம் வீட்டில் உண்ண

மாட்டான். அதற்காக பண்டங்களாகக் கொடுத்து அனுப்புகிறோம். இது நம்மை இழிமக்களாக நாமே ஒத்துக் கொள்வதாகாதா? அவன் ஓதும் மந்திரத்தில் மகிமை இருப்பதாக, அதனால் நமக்கு நல்லது வரும் என்று அவனை அழைக்கிறோம். ஆனால் அவன் ஓதுவதில் மகிமை ஏதும் இல்லை; மான இழப்பு தான் ஏற்படுகிறது.

அத்தோடில்லாமல் அவன் காலில் விழுந்து நாம் வணங்குகிறோம்! நம்மை விபச்சாரியின் மகன் என்றும், மணப் பெண்ணை விபச்சாரி என்றும் கூறிவிட்டுப் போவதற்குக் கூலி கொடுக்கிறோம்! தமிழ்த் திருமணங்களில் எந்தக் காலத்தில் புரோகிதன் புகுந்தான்? ஆரம்பத்தில் தமிழ்த் திருமணத்தில் புரோகிதன் இல்லையே! இப்போது மட்டும் நமக்கு புரோகிதனுக்கும், மந்திரத்திற்கும் என்ன அவசியம் ஏற்பட்டது? புரோகிதன் என்பதும் மந்திரம் என்பதும் தொன்றுதொட்டு நமக்கு இருந்து வரும் வழக்கம் அல்ல. ஏமாந்த காலத்தில் இடையில் புகுந்ததைத் தவிர இவற்றுள் என்ன முக்கியம்? என்ன பயன்? நமக்கு நாமே தலைமை தாங்கி திருமணத்தை நடத்திக் கொள்ள நமக்குத் தகுதியில்லை, உயர் சாதிக்காரன் வந்துதான் நடத்த வேண்டும் என்று எண்ணுகின்ற மானமற்ற செயலைத் தவிர இதில் கண்ட பயன் என்ன?" என்று இடித்துரைத்தார் பெரியார்.

"திருமணங்களில் ஆஸ்திக நாஸ்திகத்திற்கு இடமேயில்லை. நாஸ்திகம் அவரவர்கள் மன உணர்ச்சி ஆராய்ச்சித்திறன் ஆகியவை களைக் கொண்டதே தவிர அது ஒருகுணமல்ல, ஒரு கட்சியல்ல, ஒரு மதமல்ல" என்று கடவுள் ஆராய்ச்சியை எங்கெங்கு கடைப்பிடிக்க வேண்டும் என்ற இங்கிதத்துடன் பேசிய பெரியார்,

கடவுள் பெயரால் கண்மூடிச் செயல்களும் (சடங்குகள்), மான இழப்பும், பொருள் இழப்பும் ஏற்படுவதைக் கண்டிக்கவே செய்தார்.

புராண போதனைகள் புருஷன் மனைவியிடையே புல்லுருவியாய் பரவிவிடக் கூடாது என்பதிலும் அக்கறை காட்டினார்.

வேசியிடம் போய் குஷ்டரோகம் பிடித்த கணவனை, கூடையில் சுமந்து தாசி வீட்டுக்குச் சென்ற நளாயினியைப் போல தன் மகள் வாழவேண்டும் என்று எந்த அப்பாவாவது சம்மதிப்பானா?

இவர்தான் பெரியார்

சந்திரமதியைக் கடனுக்காக அரிச்சந்திரன் விற்றது போல் தன் மருமகன் தன் மகளை விற்க எந்த அப்பனாவது ஒத்துக் கொள்வானா?

ஐந்து ஆண்களை அனுபவித்து பத்தினிப் பட்டம் பெற்ற பாஞ்சாலிபோல் தன் மகள் வாழவேண்டும் என்று எந்தத் தகப்பன் விரும்புவான்?

ஆக, வாழ்க்கைக்கு உதவாத குப்பைகள் கொளுத்தப்பட வேண்டும் மாறாக மதித்து ஏற்கப்படவோ, போற்றிப் புகழப்படவோ கூடாது என்று எடுத்துச் சொல்லி எச்சரித்துத் திருத்தினார்.

திருமணம் சிக்கனமாகச் செய்யப்பட வேண்டும் என்பதில் பெரியார் பிடிவாதமாய் இருந்தார். தான் செல்லுமிடமெல்லாம் அதை அவர் வற்புறுத்தத் தவறியதே இல்லை.

''100க்கு 99 திருமணங்கள் தங்கள் நிலைமையை சிறிதும் உணராமல், மதிப்பையும், ஆடம்பரத்தையும் முதன்மையாகக் கருதி, மற்றவர்கள் மெச்ச வேண்டும் என்பதற்காக, கடன் வாங்கியும் நாணயத்தைக் கெடுத்துக் கொண்டும் துன்பப்படுகிறார்கள்.

எவ்வளவு பணம் செலவு செய்தாலும் இரண்டு நாள் மதிப்பாக, பேச்சாக அமையுமே தவிர அதனால் நீடித்தபயன் என்ன?

திருமணச் செலவானது பல குடும்பங்களை நாசமாக்கி பெரும் பாரமாகி, அவர்கள் குழந்தை பெரியவனாக (வளாக) ஆகும் வரைகூட கடன் தீராமல், உழைத்து ஈட்டிய வருவாயை வட்டிக்குக்கொட்டி அழுதுவிட்டு, வயிற்றுக்கு கஞ்சியின்றி ஒட்டிய வயிற்றோடு அலையும் அவலத்தை ஏற்படுத்துகிறது. வாழ்வதற்காக திருமணம் செய்து கொண்டவர்கள், அந்தத் திருமணத்தாலே (திருமணக் கடனாலே) வாழ்வை அழித்துக் கொள்ளும் அவலம் ஏற்படுவதைக் கண்டிக்க பெரியார் தவறவில்லை.

சுயமரியாதைத் திருமணத்தில் ஜாதி, வகுப்பு, குலம், கோத்திரம் என்பவை கவனிக்கப்படாமல் மணமக்களின் குணப் பொருத்தங்களே கொள்ளப்படுகின்றன.

''சுயமரியாதைத் திருமணத்தில் நேரங்காலம் பார்க்கப் படாமையால் வசதியான நேரத்தில் நடத்தப்படுவதால், அனைவருக்கும்

வசதி உண்டாகிறது. ஆனால் புரோகிதத் திருமணத்தில் விடியற்காலை 4-30 மணி முதல் 6 மணி வரை 'முகூர்த்தம்' வைப்பான். இதனால் இரவெல்லாம் தூங்காமல் திருமணத்திற்கு வந்த விருந்தினர் குழந்தைகளுடன் கஷ்டப்படுவர். பல் விளக்காமலும், கைகால் கழுவாமலும், காலைக்கடன் முடிக்காமலும், குளிக்க முடியாமலும் அனைவரும் சிரமப்பட வேண்டியுள்ளது'' என்று நடைமுறைச் சிக்கலை சரியாக உணர்த்தினார் பெரியார்.

சுயமரியாதைத் திருமணம் பெண்ணுக்கு விடுதலை அளிக்கும் திருமண முறையாகும். வைதீகத் திருமணம் பெண்ணை அடிமையாக்கும் நோக்குடையதாகும். அதாவது திருமணம் என்பது வைதீக நோக்கில் ஒரு புனிதக் கட்டு (Sacrament) ஆகும். ஒரு பெண்ணுக்கு திருமணம் நடந்து விட்டால் (குழந்தைப் பருவத்தில் நடந்தாலும்), அவள் மணவிலக்குப் (Divorce) பெறவோ, மறுமணம் செய்யவோ, மனதிற்கு ஏற்ப வாழவோ, மானமுடன் வாழவோ அதில் வழியில்லை. ஆண் எஜமானன் பெண் அவனது அடிமை என்ற தத்துவமே வைதீக மணத்தின் அடிப்படை. எனவே, இவற்றைத் தகர்த்து மானமும், அறிவும், பெண்ணடிமை ஒழிப்பும், சமத்துவமும், சிக்கனமும், பாதுகாப்பும் கொண்டதாக பல கோணங்களில் பரிசீலித்து சுயமரியாதைத் திருமண முறையை உருவாக்கினார் பெரியார்.

தாலி தவிர்ப்பு:

தாலி ஓர் அடிமைச்சின்னம் என்பதைச் சரியாக ஆராய்ந்து சொன்னவர் தந்தை பெரியார்.

"கலியாண காலத்திலே பெண்ணுக்கு மாப்பிள்ளை தாலி என்னும் ஒரு கயிற்றைக் கழுத்தில் கட்டி தனக்கு அடிமை என்று நினைத்து கேவலமாக நடத்தி வருவதானது எருமை மாடுகளை விலைக்கு வாங்கி அதன் கழுத்தில் ஒரு கயிற்றைக் கட்டி இழுத்து வந்து நடத்துவது போலவேதான் ஆகும்.''

பெண் கழுத்தில் தாலி கட்டுவதன்மூலம் அவள் திருமணமானவள், அவள் வேறு ஒருவனுக்கு உரிமையானவள் என்பதை அறிவிக்கத்தான் என்று கூறுகின்றவர்களைப் பார்த்து,

அப்படியென்றால் கலியாணமான ஆண் என்பதற்கும், அவன் வேறு ஒருத்திக்கு உரிமையானவன் என்பதை உணர்த்துவதற்கும் ஒரு

கயிற்றை ஆணின் கழுத்திலும் கட்ட வேண்டுமல்லவா? ஏன் கட்டுவதில்லை? ஆண் மறுமணம் செய்யும்போது ஏன் பெண் செய்ய முடிவதில்லை? ஆகத் தாலி, அடையாளமல்ல அடிமைச்சின்னம், 'புனிதக்கட்டு' என்பது புலப்படுகிறதல்லவா? புரியும்படி, புத்தியில் உறைக்கும்படி கேட்டார் பெரியார்.

எனவே, சுயமரியாதைத் திருமணத்தின் முக்கியமான நிபந்தனை தாலியைத் தவிர்ப்பது என்பதை தந்தை பெரியார் வலியுறுத்தினார்.

ஒப்பந்தமும் பதிவும்:

திருமணம் என்பது ஆணும் பெண்ணும் ஏற்றுக் கொள்ள வேண்டிய உறுதிமொழி மற்றும் செய்துகொள்ள வேண்டிய ஒப்பந்தம் இவற்றோடு சம்பந்தப்பட்டதே தவிர மற்ற தெய்வீகத் தன்மைக்கோ, புரோகிதப் புரட்டுக்கோ, முடிந்தால் முடிந்தது என்ற முற்றுப் புள்ளிக்கோ தொடர்பில்லாதது. எனவே, பதிவு செய்து கொண்டால் மட்டுமே போதுமானது என்று திருமணத்தின் அடிப்படையை அறுதியிட்டுக் கூறினார்.

மேல்சாதியான் ஆதிக்கத்தை தவிர்ப்பது சுயமரியாதை.

அறிவினை மடமை ஆட்கொள்ளாமல் தவிர்ப்பது சுயமரியாதை.

ஆணிடம் பெண்ணோ பெண்ணிடம் ஆணோ அடிமைப் படாதிருப்பது சுயமரியாதை.

பணத்திற்கும் நகைக்கும் விலைபோகாதிருப்பது சுயமரியாதை.

உனக்குள்ள உரிமை எனக்கேன் இல்லை என்ற உணர்வு கொள்வது சுயமரியாதை.

போலி மதிப்பிற்கு ஆட்படாமலிருப்பதும் சுயமரியாதைதான்.

இவை அனைத்தும் நிலைநாட்டப்படுவதால்தான் அய்யா அமைத்த திருமண முறை சுயமரியாதைத் திருமண முறையாயிற்று. இவற்றுள் ஒன்றை மட்டும் ஏற்று மற்றதைவிடுவது சுயமரியாதைத் திருமணத்தின் முழுநிலையன்று.

புரோகிதனைப் புறக்கணிக்க பக்குவப்பட்டுவிட்ட மக்கள் மற்றதையும் புறக்கணித்து முழுமையான சுயமரியாதைத் திருமணங்களை நடத்திக் கொள்ள வேண்டும்.

ஆனால், இவ்வளவு சிறப்புப் பெற்ற சுயமரியாதைத் திருமணத்திற்கு சட்டப்படி செல்லுபடியாகுந்தன்மை இல்லாமல் இருந்தது. உண்மைக்கும் நேர்மைக்கும் அங்கீகாரம் உடனே கிடைப்பதில்லை என்பதுதானே வரலாறு!

என்றாலும் அய்யா தொடர்ந்து போராடி, வாதாடி சுயமரியாதைத் திருமணம் செல்லுபடியாகும் நிலையைக் கொண்டு வந்தார்.

சுயமரியாதைத் திருமணச் சட்டம்:

அய்யா ஊட்டிய இனஉணர்வின் விளைவாய் அண்ணா அவர்களின் தி.மு.கழகம் 1967ல் மாபெரும் வெற்றிபெற்று, அண்ணா முதல்வரானார்.

அவர் அளித்த முதல் பேட்டியிலே, சுயமரியாதைத் திருமணச் சட்டம் தீட்டி அதைத் தந்தை பெரியார் அவர்களின் காலடியில் வைப்போம் என்று கூறி அதன்படி செய்தும் காட்டினார்.

சுயமரியாதைத் திருமண மசோதா வரைவு (Draft) தயார் செய்யப்பட்டு, சென்னை பொது மருத்துவமனையில் சிகிச்சை பெற்றுக் கொண்டிருந்த அய்யாவிடம் ஒப்புதல் பெற மானமிகு. கி.வீரமணி அவர்களிடம் அளிக்கப்பட்டது. உயர்நீதிமன்ற நீதிபதி மற்றும் சட்டஷெவல்லுநர்களிடமும் இவ்வரைவு நகல் வழங்கப் பட்டது. அவர்கள் படித்துவிட்டு சரியாகவுள்ளது என்று ஒப்புதல் அளித்து விட்டனர். அய்யாவிடம் வந்த வரைவு, மானமிகு கி.வீரமணி அவர்களால் வரிவரியாக அய்யாவுக்கு படித்துக் காட்டப்பட்டது.

ஓரிடத்தில் 'நிறுத்துங்கள்' என்று அய்யா சொன்னார். மாலை மாற்றிக் கொண்டோ, மற்றபடி உறுதிமொழி கூறிக் கொண்டோ என்றெல்லாம் போட்டுவிட்டு வரைவு மசோதாவில் "And tying of Thali" அத்தோடு தாலி கட்டியும் என்று சொற்றொடர் இருந்ததை அய்யா சுட்டிக்காட்டி 'And' என்பதற்குப் பதிலாக 'or' என்று மாற்றுங்கள். And என்றால் தாலி கட்டாயமாகிவிடும், 'or' என்றால் கட்டலாம் கட்டாமலும் சுயமரியாதைத் திருமணம் நடத்தலாம் என்று ஆகும் இல்லையா என்று கேட்டிருக்கிறார்.

கி.வீரமணி அவர்களும் அவ்வாறே திருத்தி புதிதாக 'டைப்' செய்து முதல்வர் அண்ணா இல்லத்தில், அவரிடம் இரவு 12 மணிக்கு-அவருக்கு ஓய்வான நேரத்தில் மசோதாவைக் கொடுக்க,

"அய்யா ஏதாவது திருத்தம் சொன்னாராப்பா?" என்று ஒரு சிறு குழந்தையின் ஆர்வத்தோடு கேட்க, 'And' ற்குப் பதிலாக 'or' போடச் சொன்ன அய்யாவின் திருத்தத்தையும் கருத்தையும் கி. வீரமணி அவர்கள் சொன்னபோது, அண்ணா வியப்புடன்,

"நீ எம்.ஏ., பி.எல்., நான் எம்.ஏ., அரசு, சட்டம், இலாகா (Department) எல்லாம் இருந்தும்கூட அய்யாவின் பொது அறிவுக்கூர்மை எப்படிப் பட்டது பார்த்தாயா? என்று வியந்து மகிழ்ந்து பாராட்டினார்கள்.

அதன்பின் சட்டமன்ற விவாதத்திற்குப் பின் 27-11-1967 அன்று சுயமரியாதைத் திருமணச் சட்டம் தமிழ்நாடு சட்டப் பேரவையிலும், பிறகு மேலவையிலும் நிறைவேறியதையடுத்து 17-01-1968 குடியரசுத் தலைவரின் ஒப்புதலைப் பெற்றபின் 20-01-1968 அரசு இதழிலும் வெளியிடப்பட்டது.

இச்சட்டத்தின்படி இதற்குமுன் நடந்த சுயமரியாதைத் திருமணங்களும், இதற்குப்பின் நடக்கும் சுயமரியாதைத் திருமணங்களும் செல்லும் என்று அறிவிக்கப்பட்டது.

கலப்பு மணம்:

"இந்துக் கடவுள்களே கலப்பு மணத்தை செய்ததாக புராணங்கள் கூறுகின்றன. ரிஷிகள், முனிவர்கள் நூற்றுக்கு நூறு கலப்புமணக்காரர்களாகவே இருந்திருக்கிறார்கள். ஆக கலப்புமணத்தை எந்த மதக்காரர்களும் மறுப்பதற்கில்லை.

நடைமுறையிலும் மதவாதிகள் கலப்புமணம் புரிந்தே வந்துள்ளனர்.

டாக்டர். பி. சுப்பராயன் முதல் மந்திரியாய் இருந்த ஒரு வேளாளர். அவர் 1915ம் ஆண்டு வாக்கிலே ஒரு பார்ப்பனப் பெண்ணை மணந்தார்.

சர்.பி. இராஜ கோபாலாச்சாரியார் என்ற பார்ப்பன மந்திரியாய் இருந்தவர் அதே கால கட்டத்தில் ஒரு நாயர் பெண்ணை மணந்தார்.

ஒரு ரெட்டியார் சென்னையில் வேறு ஜாதிப் பெண்ணான முத்துலட்சுமி அம்மாளை மணந்தார்.

சென்னையில் இந்துமத பரிபாலன போர்ட் தலைவர் சூரியராவ் நாயுடு புதல்வி ஆர்.லட்சுமிதேவி அம்மாள் பி.ஏ. சென்னை போலீஸ் டிப்டி கமிஷனர் ஜயநுதீன் சாயபுவை (முஸ்லீம்) மணந்தார்.

சென்னையில் நீலகண்ட சாஸ்தியார் பெண் ருக்குமணி அம்மாள் ஒரு ஐரோப்பியரை மணந்தார்.

சரோஜினி தேவி (பார்ப்பன பெண்) 1900 வாக்கிலே டாக்டர் கோவிந்தராஜுலு நாயுடுவை மணந்தார். இப்படி 'பெரிய' இடங்களிலே பல கலப்பு மணங்கள் நடந்துள்ளன.

வரதட்சணை:

பார்ப்பனர்களிடமிருந்து தமிழர்களைப் பற்றிக் கொண்ட நோய்கள் பல.

சத்தான கேழ்வரகு, கம்பு போன்றவற்றை தவிர்த்து அரிசி உண்ண ஆரம்பித்தது அதுவும் சத்தற்ற பச்சரிசி உண்ண ஆரம்பித்தது, உழைப்பை கேவலமாக எண்ணியது; தன்மானத்தை விட்டு கூனிக்குறுகி வளைந்து நெளிந்து காரியம் சாதித்தல் போன்ற பலவற்றைச் சொல்லலாம்.

ஆனால், காலையில் எழுந்திருத்தல், இனப்பற்று போன்ற நல்ல வழக்கங்களை அவர்களிடமிருந்து தமிழன் கற்கவில்லை.

வரதட்சணை பார்ப்பனர்களிடமிருந்து தொற்றிய நோய்களுள் ஒன்று.

ஒரு லட்சம் மதிப்பு சொத்துடைய ஒருவருக்கு மூன்று பெண்ணிருந்தால் போதும், அவர்களின் திருமணம் முடிந்தவுடன் அவர் ஒட்டாண்டியாக வேண்டியதுதான். வரதட்சணைமூலம் அவர் சொத்தை கசக்கிப் பிழிந்து குடித்துவிடுகிறார்கள் மாப்பிள்ளை வீட்டார்.

இந்த வரதட்சணை நோயைச் சட்டத்தின்மூலம் தடுத்து விடலாமென்று ஆட்சியாளர் முயன்று கொண்டிருக்கின்றனர். பொய்யையும் விபச்சாரத்தையும் சட்ட மூலமாக ஒழிப்பது எப்படியோ அப்படித்தான் இந்த முயற்சியும்.

சமுதாயத்தில் நல்ல முறையான ஒழுக்கமும், அன்பும், தியாக உணர்ச்சியும் ஏற்பட்டால்தான் இம்மாதிரித் தீமைகளை ஒழிக்க முடியும். தானே பாடுபட்டு உழைத்துச் சம்பாதிக்க வேண்டும் என்ற உயர்ந்த எண்ணம் தமிழ்நாட்டு இளைஞர்களிடையே வளரவேண்டும். பிறர் சொத்துக்கோ சூதுமூலம் கிடைக்கும் திடீர் வருமானத்திற்கோ யாரும் ஆசைப்படக் கூடாது.

பெற்றோருடைய சொத்தைக்கூட அவர்களுடைய ஆயுளுக்குப் பிறகுதான் அடைய வேண்டும். அதுவரை தன் சம்பாத்தியத்தில்தான்

வாழவேண்டும். பெற்றோர் சொத்தையே இப்படிக் கருத வேண்டும் என்றால் மாமனார் வீட்டுச் சொத்தைத் கனவிலும் விரும்பக்கூடாது.

புதிய சட்டத்தின்மூலம் பெண்களுக்கும் பெற்றோர் சொத்தில் பங்குண்டு என்றாகிவிட்டது. ஆகையால் பெண்ணின் பங்கு கணவனுக்கு வந்தே தீரும். இதை விட்டுவிட்டு, படிப்பையும், பதவியையும் காட்டி, தாலிகட்டிய உரிமையை வைத்து முடிந்தவரை பெண்வீட்டார் சொத்தைச் சுரண்டத் திட்டமிடுவது மனிதத் தன்மையற்ற செயல் ஆகும்.

படிப்பையும், காதலையும் விலை பொருளாக்குவதற்கும், கற்பை விற்பதற்கும் அடிப்படைத் தத்துவத்தில் வேறுபாடு இல்லை. விலைமகளிர் இகழப்படுவது போல, விலை மாணவர் (மணமகன்) என்று இகழப்படக் கூடிய நிலை ஏற்படக்கூடாது.

திருமணத்தின்போது இத்தனை ஆயிரம் ரூபாய் நகையோடும், இத்தனை ஆயிரம் ரூபாய் வரதட்சணையோடும், கார் வாங்கிக் கொடு! வீடு வாங்கிக்கொடு என்றெல்லாம் மாப்பிள்ளை வீட்டார் பெண் வீட்டாரிடம் கேட்பது மானக் கேடான செயலாகும். தன் மகளுக்கு மற்றவன் கேட்கிறானே என்று சமாதானம் கூறக்கூடாது. இரண்டும் மானக்கேடானதுதான் என்பதை உணர வேண்டும்.

இத் தீய சுரண்டலால் ஆயிரக்கணக்கான, அழகும், திறமையும், ஒழுக்கமும் உள்ள பெண்கள் திருமணமாக முடியாமல் இருக்கின்றனர். சாதிமதம் ஒழித்து மணம் செய்வது இளைஞர்களுக்கு முடியாமல் போனாலும், வரதட்சணை ஒழிந்த திருமணத்தைச் செய்ய முன்வரவேண்டும்.

நல்ல காரியத்தைச் செய்யத்தான் இளைஞர்களுக்குத் துணிவு வேண்டும். செக்குமாடாக செய்ததையே செய்யப் படிப்பெதற்கு? விழிப்பெதற்கு? இளைஞர்கள் செக்குமாடுகளாக இல்லாமல் பந்தயக் குதிரைகளாக மாற வேண்டும்.

27

வகுப்புரிமைக்கு வடிவங்கண்ட பகுத்தறிவுப் பெரியார்!

தென்னிந்திய நலவுரிமைச் சங்கம் என்ற 'நீதிக்கட்சி' தோன்றுவதற்கு முன்பு அரசு வேலை வாய்ப்புகளில் பார்ப்பனர்களே முழுமையாக ஆதிக்கம் - முற்றுரிமை - செலுத்தி வந்தனர் என்பதை முதலிலே விளக்கியுள்ளேன். இந்நிலை மாற்றி மற்ற இனத்தாரும் கல்வி வேலை வாய்ப்புகளில் நுழைய வழி காண நீதிக்கட்சி செய்த முயற்சிகளையும் சுட்டிக் காட்டினேன். மூச்சுக் கொள்கையாக உறுதியுடன் பெரியாரால் பற்றப்பட்ட வகுப்புரிமைக் கொள்கைக்கு வழிவகுக்கப்பட்ட காலத்தில் பெரியார் காங்கிரஸ் கட்சியில் நின்று கதர் விற்றார் என்ற வரலாற்று விசித்திரத்தையும் விளக்கியிருந்தேன்.

தனது எதிரணியினரான நீதிக்கட்சியினரின் ஆதாரக் கொள்கையை, காங்கிரசிலிருந்து விலகிய பெரியார் பற்றிய நாள் முதல் வகுப்புரிமை போர் வலுப்பெற்றது. ஆங்கில ஆட்சியினரும் வகுப்புரிமையின் நியாயம் உணர்ந்து அதற்கு ஆதரவு தந்தனர் என்பதோடு வகுப்புரிமைக்கு வழி கோலியதும் ஆங்கில அரசுதான்.

இவர்தான் பெரியார்

1984ம் ஆண்டு ரெவின்யூ போர்டு (வருவாய்த்துறை) மாவட்ட ஆட்சியர்களுக்கு சுற்றறிக்கை அனுப்பி ஒவ்வொரு மாவட்டத்திலும் அதிக எண்ணிக்கையில் உள்ள சாதியினருக்கு அதிக வேலை வாய்ப்பு கிடைக்கும்படி வேலைகள் பகிர்ந்தளிக்கப்படவேண்டும், ஒரு சில செல்வாக்குள்ள குடும்பங்களிடம் வேலை வாய்ப்புக்கள் முற்றுரிமையாக்கப் படக்கூடாது என்று ஆணையிட்டது.

ஆனால் நடைமுறையில் அவ்விதம் பகிர்ந்தளிக்கப்படவில்லை. பிற்பட்ட, தாழ்த்தப்பட்ட பிரிவினரிடமிருந்து படித்த ஆட்கள் வேலைக்குக் கிடைப்பதே அரிதாயிருந்தது. என்றாலும் வகுப்புரிமைக்கு இவ்வாணை வழிவகுத்துக் கொடுத்தது. **பார்ப்பனர் அல்லாதார் இயக்கம் தொடங்கப் படுவதற்கு 40 ஆண்டுகளுக்கு முன்னமே இவ்வுரிமைக்கு ஆங்கில அரசு அடிகோலியது.**

அதன் அடியொற்றி நீதிக்கட்சி இந்த நீதிப்போரைத் தொடங்கியது. 1925ல் காஞ்சிபுரத்தில் நடந்த காங்கிரஸ் மாநாட்டில் வகுப்புரிமையை வலியுறுத்தி தான் கொண்டு வந்த தீர்மானம் மாநாட்டில் ஏற்றுக் கொள்ளப் படாமையால், காங்கிரசை விட்டே வெளியில் வந்த பெரியார், நீதிக் கட்சியுடன் இணைந்து வகுப்புரிமை போர் தொடங்கிய வரலாற்றை முன்னமே விளக்கியுள்ளேன். அப்படி போர்க் கொடி பிடித்த பெரியார் வகுப்புரிமையை தனது முக்கிய இலக்காகக் கொண்டார்.

1928ஆம் ஆண்டு அமைச்சர் முத்தையா முதலியார் கொண்டு வந்த வகுப்புவாரி உரிமைச் சட்டத்தை பெரியார் போற்றிப் போற்றி பூரித்தார். குடியரசுப் பத்திரிகையில் ''மந்திரி முத்தையா முதலியார் வாழ்க! வாழ்க! வாழ்க!'' என்று வாயாரப் பாராட்டினார் (குடியரசு 11-11-1928).

சுதேசமித்திரன் பத்திரிகை தனது 8-11-1928 நாளிட்ட இதழில், ''வகுப்புப் பித்தம் தலைக்கேறிவிட்டதா?'' என்று தலைப்பிட்டு வகுப்புரிமைச் சட்டத்தைக் கண்டித்து எழுதியது.

ஆனால், பெரியார் தனது வழக்கமான பாணியில் நறுக்கென்று கேட்டார். ''வகுப்புகள் இருப்பதால்தானே வகுப்பு வாதம் எழுகிறது. வகுப்புகளை ஒழிக்க நீங்கள் முன்வரத் தயாரா? அதற்குத் தயாராக நீங்கள்

இல்லாத நிலையில், இப்படியொரு பாதுகாப்புக் கருவி (Safty Valve) வைக்கையில் எதற்கு முணுமுணுப்பு-மூர்த்தண்ய எதிர்ப்பு?" என்று கேட்டார்.

மேலும், "அதிகாரத்தில் உள்ள ஒவ்வொருவரும் வீரர் முத்தையா முதலியார் அவர்களைப் பின்பற்ற வேண்டும்" என்று கேட்டுக் கொண்டார்.

1947ல் "இந்திய விடுதலைக்குப்பின் புதிய அரசியல் சட்டம் நடப்புக்கு வந்தபின் 1950ம் ஆண்டு சென்னை உயர் நீதிமன்றத்தில் இந்த இட ஒதுக்கீட்டுச் சட்டம் செல்லாது என்று தீர்ப்பு வேண்டி வழக்குத் தொடுத்தனர்.

'தங்கள் பிள்ளைகள் நல்ல மதிப்பெண் பெற்றிருந்தும் இச்சட்டத்தால் தொழிற் கல்லூரிகளில் சேர முடியாமல் போகிறது; என்று அவர்கள் வாதிட்டனர். சென்னை உயர்நீதிமன்றம் 'இட ஒதுக்கீட்டு உத்தரவு' சட்ட விரோதம் என்று தீர்ப்பளித்தது. சென்னை அரசு உச்சநீதிமன்றத்தில் மேல்முறையீடு செய்தது.

உயர்நீதிமன்றத் தீர்ப்பை எதிர்த்து பெரியார் போராட்டம் தொடங்கினார். ஆகஸ்ட் 14ஆம் தேதியை வகுப்புவாரி உரிமைக் கோரிக்கை தினமாக கடைப்பிடிக்கக் கேட்டுக் கொண்டார். மாணவர்களும், வர்த்தகர்களும் வேலை நிறுத்தம் செய்து ஊர்வலத்தில் கலந்துகொள்ள வேண்டினார். 13ஆம் தேதி அவர் ஆற்றிய எழுச்சியுரை 'வகுப்புவாரி உரிமை ஏன்?' என்னும் நூலாக சுயமரியாதை நிறுவனம் வெளியிட்டுள்ளது.

காங்கிரஸ் தலைவரும் பெரியாரின் போற்றுதலுக்கு உரியவருமான காமராசர், அரசு உச்சநீதிமன்றத்தில் மேல் முறையீடு செய்திருப்பதால் அமைதி காக்கும்படி கேட்டுக் கொண்டார்.

உச்சநீதிமன்றமும் இட ஒதுக்கீட்டு உத்தரவு செல்லாது என்று தீர்ப்புக் கூறியது. எனவே, வெறுப்புற்ற பெரியார் கொதித்தெழுந்தார். பெரியதொரு போராட்டம் செய்தால் ஒழிய இட ஒதுக்கீட்டைப் பாதுகாக்க முடியாது என்று முடிவெடுத்து, 3-12-1950ல் திருச்சியில் ஒரு பெரிய மாநாட்டைக் கூட்டினார். இதில் அனைத்துக் கட்சி பிரதி நிதிகளும் கலந்து கொண்டனர். இட ஒதுக்கீடு மீண்டும் கொண்டுவரப்பட வேண்டும் என்று இம்மாநாடு ஒருமனதாக வற்புறுத்தியது.

பெரியார் உருவாக்கிய புரட்சிப்புயல் மத்திய அரசைக் கலக்கியது; டில்லி அரசு கவனத்தை தமிழகத்தின் பக்கம் திருப்பியது. இட ஒதுக்கீடு மறுக்கப்பட்டால் தமிழகம் கொந்தளிக்கும், நிலை கட்டுக்கடங்காமல் போகும், அதைச் செய்யும் வல்லமையும் பெரியாருக்கு உண்டு, பெரியார்மீது தமிழகத்தில் பெரும் மதிப்பு உண்டு என்பதை நன்றாக அறிந்த நேரு, உள்துறை அமைச்சரை (சர்தார் வல்லபாய் பட்டேல்) தமிழகத்திற்கு அனுப்பி நிலைமையைக் கண்டறிந்தார். அதன் விளைவாய் அரசியல் சட்டத்தில் ஒரு திருத்தம் கொண்டுவர மத்திய அரசு முடிவெடுத்தது.

கல்விரீதியாகவும், சமூகரீதியாகவும் பின்தங்கியுள்ள மக்களுக்கு கல்வியிலும் வேலை வாய்ப்பிலும் சிறப்புச்சலுகை அளிக்க மாநில அரசுக்கு அதிகாரம் அளித்து அச்சட்டத் திருத்தம் கொண்டுவரப்பட்டது.

இந்திய அரசியல் சட்டம் இயற்றப்பட்டு ஏற்கப்பட்ட பின் முதன்முறையாக திருத்தம் செய்யப்பட்டது, பெரியாரின் போராட்டத் திற்காக இட ஒதுக்கீட்டிற்காக என்பது இந்திய வரலாற்றில் ஒரு சிறப்பிற்குரிய பெருமையாகும்.

இன்றைக்கு இலட்சக்கணக்கான பிற்பட்ட மக்கள் இட ஒதுக்கீட்டுப் பயனாய் உயர்ந்து நிற்கின்றனர் என்றால்; இந்த எழுச்சி இந்தியா முழுக்கப் பரவியது என்றால்; அதன் பரிணாமத்தால் இன்று மத்திய அரசிலும் இட ஒதுக்கீடு பெற்றோம் என்றால் அனைத்திற்கும் பெரியார் அவர்களின் பெரும் முயற்சியே காரணம்.

28

போராடு! புரட்சிப்பாதை ஈரோடு!

1950 ஜனவரி 26ம் தேதியைத் தென்னிந்தியர்கள் துக்க நாளாகக் கொண்டாடும்படி பெரியார் அறிக்கை விட்டார். காரணம் அது தென்னாட்டவரை அடிமைப் படுத்தும் துக்கநாள் என்றார். "பொன் மொழி" என்ற நூல் வெளியிட்டமைக்காக 10 நாட்கள் சிறைத்தண்டனை பெற்றார்.

1952ம் ஆண்டு இரயில் நிலையங்களில் இந்தி அழிப்புப் போராட்டம் நடத்தினார். அப்போராட்டத்தை மூன்று ஆண்டுகள் நடத்தினார்.

1953ம் ஆண்டு பிள்ளையார் உருவச்சிலை உடைப்போர்.

1954ல் பர்மாவில் நடைபெற்ற உலக புத்தமத மாநாட்டில் கலந்துகொண்டார். 5-12-1954ல் அங்கு அம்பேத்காரைச் சந்தித்தார். எதை ஆதரிக்க வேண்டும் எதை எதிர்க்க வேண்டும் என்பதை எவ்வளவு தெளிவாக தெரிந்து வைத்திருந்தார் என்பதற்கு இவை ஆதாரங்கள்.

இவர்தான் பெரியார்

1955ல் ராஜாஜி கொண்டு வந்த குலக்கல்வித் திட்டத்தை எதிர்த்துப் பிரச்சாரம் செய்ததோடு, அத்திட்டத்தையும், அதைக் கொண்டு வந்தவரையும் அகற்றினார். பிற்படுத்தப்பட்ட, தாழ்த்தப்பட்ட மக்களின் முன்னேற்றத்தில் முனைப்புக் காட்டிய பெருந்தலைவர் காமராசரை ஆதரித்தார்.

1956ல் இராமர் பட எரிப்புப் போராட்டம் துவக்கினார். இராமர் திராவிடர்களின் எதிரி என்பதை உணரும்படி செய்தார்.

1957ல் பிராமணர் எதிர்ப்புப் போராட்டம் நிகழ்த்தினார். உணவு விடுதிகளில் ''பிராமணாள்'' என்று எழுதப்பட்டிருப்பதை நீக்கச் சொல்லி பெரும் போராட்டம் செய்தார்.

சாதியைப் பாதுகாக்கின்ற வகையில் உள்ள அரசியல் சட்டத்தைக் கொளுத்தினார். அப்போராட்டத்தில் ஆயிரக்கணக்கானோர் சிறை சென்றனர். சிலர் சிறையில் மடிந்தனர். அந்த ஆண்டு டிசம்பர் மாதம் ஆறு மாத கடுங்காவல் விதிக்கப்பட்டு சிறைக்குச் சென்றார். சிறையிலிருந்தபோது சோசலிச இயக்கத்தலைவர் டாக்டர் ராம் மனோகர் லோகியா, அரசு அனுமதியுடன் 23-1-1958ல் பெரியாரைச் சந்தித்தார்.

1959ல் வட இந்தியப் பகுதிகளுக்குச் சென்று சாதியொழிப்புப் பிரச்சாரம் செய்தார். சாதிக்கொடுமைகள் மிகுந்திருந்த அப்பகுதிகளில், துணிவுடன் இதைச் செய்தார்.

1960ல் தமிழ்நாட்டின் பிரிவினைக்காகப் போராடினார். இந்திய வரைபடத்தை (தமிழ்நாடு நீங்கலாக) எரிக்கச் செய்தார்.

1964ல் நில உச்சவரம்பு செல்லாதெனச் சொன்ன உச்சநீதிமன்றத் தீர்ப்பைக் கண்டித்து ஏப்ரல் மாதம் 19ம் நாள் கண்டன நாள் பொதுக் கூட்டங்கள் நடத்தினார்.

1965ல் கம்பராமாயணத்தை எரித்து அதன் சாம்பலை 'விடுதலை' அலுவலகத்திற்கு அனுப்பும் போராட்டத்தை நடத்தினார்.

1967ல் காங்கிரஸ் படுதோல்வி அடைந்து, திராவிட முன்னேற்றக் கழகம் ஆட்சிக்கு வந்து, ஆட்சியை பெரியாருக்கு காணிக்கை என்று அண்ணா அறிவிக்க, பெரியாரின் கொள்கைகளை சட்டரீதியாக அண்ணா

நிறைவேற்ற மனம் குளிர்ந்த பெரியார், மறந்தார் பழைய கசப்பையெல்லாம். தி.மு.க. ஆட்சிக்கு எதிராக போராட்டங்கள் எதையும் பெரியார் நடத்தவில்லை; அவசியமும் இல்லை.

1969ல் கருவறை நுழைவுப் போரை அறிவித்து அதில் தீவிரமாக இருந்தார். 1970 ஜனவரி 14ம் நாள் "உண்மை" இதழ் தொடங்கினார்.

1973ம் ஆண்டு மதுரையில் கருஞ்சட்டைப் படை மாநாடு நடத்தி 'தனித் தமிழ்நாடு' வேண்டும் என்று கோரிக்கை வைத்தார். தொண்டர்கள் அனைவரும் கருப்புச் சட்டை அணியவேண்டும் என்றார். அது தியாகச் சின்னம் இழிவகற்றும் அடையாளம் என்றார்.

இந்த இரண்டு போராட்டங்களும் அவரது வாழ்வின் இறுதி இலட்சியங்களாக அமைந்தன.

தனித் தமிழ்நாடு கோரிக்கையை பொருளாதார காரணங்களுக்காக அவர் வைக்கவில்லை. சமுதாய விடுதலை கிடைக்க அதுதான் வழி, தனக்கு வேண்டியதும் அதுதான் என்பதாலே அப்போராட்டத்தை நடத்தினார்.

இந்தியக் குடிமகனாக இருக்கும்வரை நாம் சூத்திரர்கள் தான்! என்பதைத் திட்டவட்டமாக அறிவித்தார். ஆம் கருவறைக்குள் நுழையும் உரிமை மறுக்கப்படும்வரை நாம் சூத்திரர்கள்தானே!

29

இன்னல்களுக்கிடையே இறுதி வரை உறுதி!

பெரியார் தனது வாழ்வின் இறுதி பத்து ஆண்டுகள் நடக்க இயலாத நிலை அடைந்தார். மூத்திரப்பை கோளாறு, குடல் இறக்க நோய் ஆகியவற்றால் பெரும் பாதிப்பு அடைந்தார். அறுவை சிகிச்சை நடத்தி சிறுநீர்ப் பையில் ஓர் ஓட்டை அமைத்து ரப்பர் குழாய் வழியாக சிறுநீர் வடிய ஏற்பாடு செய்யப்பட்டது. குழாயின் மறுமுனையில் ஒரு பாட்டில் இணைக்கப்பட்டது. பாட்டிலை ஒரு பிளாஸ்டிக் வாளியில் வைத்து சிறுநீர் சேர்ந்ததும் எடுத்துக் கொட்டுவார்கள். பெரியார் சக்கர நாற்காலியில் தள்ளப்படும்போது, அந்த வாளியும் உதவியாளரால் சேர்ந்தாற்போல் எடுத்துக்கொண்டு வரப்படும். இப்படிப் பட்ட கோலத்தோடு பெரியாரை மேடையில் அமர்த்தி விட்டால் போதும், சிங்கமென முழங்க ஆரம்பித்துவிடுவார். மாநாடுகளில் முன்கூட்டியே வந்து அமர்ந்து, மற்ற தலைவர்கள் பேசுவதையெல்லாம் கவனமாகக் கேட்பார்.

உலகில் இவ்வளவு இன்னல்களுக்கிடையே அதிக காலம் பிரச்சாரம் செய்தவர்கள் வேறுயாரும் இல்லை. கரடுமுரடான பாதைகளில் சாதாரண வேனில்தான் பயணம் செய்தார்.

மஞ்சை. வசந்தன்

இந்தச் சூழலில் சுதந்திரத் தமிழ்நாடு கேட்டால் ஏழாண்டு சிறைத்தண்டனை என்று சட்டம் செய்தார்கள். கடுமையான சட்டமானாலும் பெரியார் அஞ்சவில்லை. சிறையேற்று கோரிக் கைக்குப் போராட வேண்டியதுதான் என்று கண்டிப்புடன் கூறினார்.

1973 டிசம்பர் மாதம் 8,9 தேதிகளில் சென்னையில் தமிழர் இழிவு ஒழிப்பு மாநாடு' நடத்தினார். இம்மாநாடு மத்திய அரசுடன் இறுதிப் போருக்கு தேதி தீர்மானிக்க பெரியாருக்கு அதிகாரம் கொடுத்தது. பெரியார் 1974 ஜனவரி 25ம் தேதி வரை மத்திய அரசுக்கு கெடு கொடுத்தார்.

1973 டிசம்பர் 19ம் தேதி சென்னை தியாகராய நகரில் நடைபெற்ற பொதுக் கூட்டத்தில் ''வாழ்ந்தால் இழிவு ஒழித்து வாழவேண்டும். இல்லையேல் செத்து மடிய வேண்டும்'' என்று பெரியார் முழங்கினார்.

பெரியார் பேசிய கடைசிக் கூட்டம் இதுதான். இக்கூட்டத்தில் அவர் பேசிய பேச்சுக்கள் அவரது மரண சாசனமாகக் கருதப்படுகின்றன.

நாம் இழிமக்களாக சொல்லப்படுகிறோம். எதன்படி என்றால் சாத்திரப்படி! சாத்திரம் இந்துமதப்படி! இந்துமதப்படி இந்த நாட்டுச் சட்டமும் இயற்றப்பட்டு உள்ளது.

இந்துச் சட்டம் (இந்து லா) என்கிறானே, யார் இந்து? இந்து என்றால் என்ன அர்த்தம்? என்றிலிருந்து இச்சொல் இருக்கிறது? இந்து என்றால் இரண்டு சாதி. பார்ப்பான் ஒரு சாதி, சூத்திரன் இன்னொரு சாதி. பார்ப்பான் பூணூல் போட்டுக் கொண்டு வந்தால் என்ன அர்த்தம். நம்மை வைப்பாட்டி பிள்ளைகள் என்கிறான் என்று தானே பொருள்? ஓட்டுக்காக நம்மவன் எல்லாவற்றையும் இழக்கிறான்.

மேலை நாடுகளைப் பார் எவ்வளவு முன்னேற்றம்! நாம் இன்னும் காட்டுமிராண்டிகளாக வாழ்கிறோம். சுயமரியாதை இயக்கம் வந்த பின்தானே நமக்கு படிப்புவந்தது.

தீண்டாமை இல்லையென்று சட்டம் போட்டான். ஆனால் மதத்திற்கு மட்டும் தீண்டாமை உண்டு என்று சட்டம் வகுத்தான். சட்டத்தில் இருப்பது ஒழிய வேண்டுமானால், ஆட்சி ஒழிக்கப்பட வேண்டும். ஆட்சி ஒழிய தமிழர்கள் தனி நாடாகப் பிரிய வேண்டும்.

இதற்காகக் கிளர்ச்சி செய்தால் ஜெயிலில் அடைப்பார்கள். ஆயிரக்கணக்கில் நாம் ஜெயிலுக்குப் போகத்தயாராக இருக்க வேண்டும் என்று

உணர்வுபூர்வமாகப் பேசிக்கொண்டு வந்த பெரியார் ''அம்மா! அம்மா!'' என்று தனக்கு நேர்ந்த உடல் தொல்லை தாங்காமல் துடித்துக் கொண்டே தனது பேச்சை மேலும் தொடர்ந்தார்.

போராட்டத்தை 25ஆம் தேதி ஆரம்பித்ததும் மளமளவென்று வரவேண்டும். போராட்டத்தில் தமிழ்நாடு பிரிய வேண்டும். அதன்பின் நம் உயர்வு விரைவிலும் வெகுவாயும் இருக்கும். நம்மை இழிவு படுத்துகின்ற இனத்தார் இந்த நாட்டைவிட்டு வெளியேற வேண்டும்!

கலைஞர் அனைத்து சாதியினரும் அர்ச்சகராகலாம் என்று சட்டம் போட்டால், சுப்ரீம் கோர்ட்டில் அதை முடக்குகிறார்கள். கோர்ட் அவர் களின் ஆதிக்கக் கூடாரந்தானே என்று முழங்கினார். சூத்திரத்தன்மை ஒழிய ஒரு முடிவு கண்டாகவேண்டும் என்ற முடிவிற்கு வந்து இறுதிப் போர்ப்பிரகடனமாகவே இச்சொற் பொழிவை அமைத்தார்.

ஆனால், அந்த இலட்சியத்தை அடையமுடியாத மனக் குறையோடே பெரியார் இறந்து போனார். மானப்போராட்டமே அவரது வாழ்வின் போராட்டமாகும். கூட்டம் முடித்த பெரியார் இரவு அயர்ந்து உறங்கும் போது அதிகாலை 2.30 மணிக்கு குடலிறக்க நோயால் துடித்தார். வேலூர் மருத்துவமனையில் சேர்க்கப்பட்டார்.

ஐம்பதாண்டு காலத்திற்கும் மேலாக சமூக சீர்திருத்தத்திற்காகவும், மூடநம்பிக்கை மற்றும் சாதி ஒழிப்பிற்காகவும், சமூகநீதிக்காவும் ஓய்வு ஒழிவின்றி உழைத்த தந்தை பெரியாரின் வாழ்வு 1973 டிசம்பர் 24ஆம் தேதி காலை 7.22மணிக்கு முடிவுற்றது. ஆம் வேலூர் கிறித்துவ மருத்துவ மனையில் பெரியார் மரணமடைந்தார்.

அவரது உடல் மருத்துவமனையிலிருந்து காவல்துறை மரியாதை யுடன் சென்னைக்குக் கொண்டு வரப்பட்டது. அரசினர் தோட்டத்தில் உள்ள இராஜாஜி மண்டபத்தில் மரியாதை செலுத்த வைக்கப்பட்டது.

அனைத்துக் கட்சித் தலைவர்களும், தொண்டர்களும் பொது மக்களும் லட்சக்கணக்கில் மரியாதை செலுத்தத் திரண்டனர். தங்களின் (ஜீவாதாரத்தையே) உயிர் நாடியையே இழந்து விட்டதாக தமிழக மக்கள் தவித்தனர். சென்னை எங்கும் கண்ணீர்க் கோலம். நேரில் சென்று மரியாதை செலுத்த இயலாதவர்கள் தங்கள் இடங்களிலே பெரியார் படத்திற்கு மாலை அணிவித்து மரியாதை செலுத்தி கதறிக் கதறி அழுதனர். தமிழினமே அநாதையாகி விட்டதாக எண்ணினர்.

அப்போதைய தமிழக முதல்வராய் இருந்த கலைஞர் மு.கருணாநிதி, பெரியாரின் மீதிருந்த அளப்பரிய பற்றின் காரணமாய், மரபோ, சட்டவிதியோ எதைப்பற்றியும் கவலை கொள்ளாது, பெரியாரின் இறுதிமரியாதை அரசு மரியாதையுடன் நடக்கும் என்று உணர்ச்சிப்பிழம்பாக அறிவித்தார்.

பெரியார் இறந்த அன்று 'விடுதலை' நாளிதழ் தலையங்கமே எழுதாது தனது உணர்வுபூர்வமான மரியாதையை- வாயடைத்து புலன் மறுத்து நிற்கிறோம் என்பதைத் தெரிவித்தது.

''இன்று தமிழ்நாடு தன்மான உணர்வோடு தலைநிமிர்ந்து நிற்கக் காரணமாக இருந்த மாபெரும் தலைவர் பெரியார் எங்களையெல்லாம் ஆளாக்கிய வழிகாட்டி. அவரால் சமுதாய அந்தஸ்து பெற்ற லட்சோப லட்சம் பிற்படுத்தப்பட்ட தாழ்த்தப்பட்ட மக்கள் இந்த இழப்பைத் தாங்கிக் கொள்ள முடியாது. இந்தியாவின் தலைசிறந்த புரட்சிக்காரர். அவரை இழந்து விட்டோம்'' என்று அன்றைய தமிழக முதல்வராய் இருந்த கலைஞர் மு.கருணாநிதி அவர்கள் அறிக்கை விட்டார்.

''நமது நாட்டில் குறிப்பாகத் தமிழ்நாட்டில் சமூக விழிப்பு ஏற்பட பெரியார் ஆற்றிய பணி, அவர் வகித்த பாத்திரம் மிகப் பெரியது. அவர் ஒரு மாபெரும் தேசபக்தர்.... பெரியார் நமது சமூகத்திற்கு ஆற்றிய சேவை நம் மனதில் நீண்ட நெடுங்காலம் நிலைத்து நிற்கும்'' என்று பெருந்தலைவர் கு.காமராசர் அறிக்கை விட்டார்.

''ஒடுக்கப்பட்ட மக்களுக்கு ஆதரவாகப் போராடிய பெரியாரின் மறைவுமூலம் இந்நாட்டில் சமூகநீதியில் ஒடுக்கப்பட்டுள்ள மக்கள் மாவீரரையும், மாபெருந்தலைவரையும் இழந்து நிற்கின்றனர். பெரியார் ஈ.வெ.ரா. தமிழ் நாட்டில் மட்டுமின்றி இந்தியா பூராவிலும் தனித்தன்மை கொண்ட தலைவராகத் திகழ்ந்தார்'' என்று மார்க்சிய கம்யூனிஸ்ட் கட்சியின் தலைவர் தோழர் பி. இராமமூர்த்தி அவர்கள் அறிக்கை விடுத்தார்.

''காலஞ்சென்ற திரு.ஈ.வெ.ராமசாமி நயமிக்கதோர் தலைவர், வீரமிக்கதோர் போராட்டக்காரர். அன்னாரது மறைவுச் செய்தி கேட்டு நான் மிக்க வருத்தமுறுகின்றேன்.

அவர் எப்பொழுதுமே சிறந்ததோர் போராட்டக்காரராக திகழ்ந்திருக் கிறார். தேச விடுதலைக்கான போராட்டத்தில் அவர் முக்கியமான பங்கினை வகித்திருக்கிறார். பின்னர், அவர் தாம் கண்ட கருத்துக்கிசைய சமூக சீர்த்திருத்தங்களுக்காகத் தம்மை அர்ப்பணித்துக் கொண்டார்.

அன்னாரை இழந்து துயருறுகின்றவர்களுக்குத் தயவுசெய்து எனது ஆழ்ந்த அனுதாபத்தைக் கூறுங்கள்'' என்று குடியரசுத் தலைவர் வி.வி.கிரி அறிக்கை விடுத்தார்.

''பெரியாரது மறைவு பற்றி அறிந்து துயருற்றேன். சர்ச்சைக் குரியனவற்றில் ஈடுபாடு கொண்டு, அதில் களிப்பெய்திய முனைப் பாற்றல் மிக்க மனிதர் அவர். ஏற்றுக் கொள்ளப்பட்ட பல கருத்துக்களை எதிர்த்து அறைகூவி நின்றவர் அவர். அவருடன் சேர்ந்து பணியாற்றிய அவர் இயக்க ஊழியர்களுக்கு எனது ஆழ்ந்த இரங்கலைத் தெரிவிக்கிறேன்'' என்று பிரதமர் இந்திரா காந்தி அறிக்கை விடுத்தார்.

''பெரியார் அவர்கள் வாழ்நாள் முழுவதும் ஜாதி, மூடநம்பிக்கை களை முழுமூச்சாக எதிர்த்த பெருந்தலைவர்.

இந்தியாவில் அவரைப் போன்ற ஒரு தலைவரைப் பார்க்கவே முடியாது. கொடுமைக்கு எதிராய் பெரும்போர் தொடுத்தவர்'' என்று ஜெயப்பிரகாஷ் நாராயணன் அறிக்கை விடுத்தார்.

''ஆர்வம் மிக்க சமூகச் சீர்திருத்தவாதியான திரு.ஈ.வெ. ராமசாமியின் மறைவுகுறித்து நான் பெரிதும் வருந்துகிறேன்'' என்று தமிழக ஆளுநர் கே.கே.ஷா அறிக்கை விடுத்தார்.

''தமிழகத்தின் காவலர் புரட்சிகரமான சிந்தனையாளர் தலைவர் பெரியார் மறைந்தது இன்றைய தமிழகத்தில் ஈடு செய்ய முடியாத இழப்பு. வாழ்நாளில் பெரும் பகுதியை தலைவர் பெரியார் பொதுப் பணியில் ஈடுபடுத்தியதில் அருமையிலும் அருமை. தமிழகத்தின் அரை நூற்றாண்டு வரலாற்றில் அவர் முத்திரை பதியாத துறையே இல்லை எனலாம். கலக்கமில்லாத கருத்துப்பிடிப்பு, உண்மையான உழைப்பு அவருக்கே உரிய குணநலன்கள்.

தமிழன் என்ற இனஉணர்வை முன்னிலைப்படுத்தி, அயராது உழைத்த பெரியவர்; பழகுவதற்கு இனிய பண்பாளர்; கடுமையான கருத்து வேற்றுமை உடையவர். இருந்தும்கூட, அவர் காட்டிய கண்ணியம் பொது வாழ்க்கையில் ஈடுபட்டிருப்போருக்கு எடுத்துக் காட்டாகும்.

தமிழர் என்ற இன உணர்வைத் தூண்டி வளர்த்து, அது செழித்து வளர்ந்து, பூத்துக் காய்க்கின்றபோது, அவர் நம்மை விட்டுப் பிரிந்துவிட்டார். ஆயிரம் கருத்து வேற்றுமை இருந்தாலும் அவர் மனித குலத்தின்மீது

களங்கமற்ற அன்புடையவர் என்பதை யாராலும் மறுக்க முடியாது. ஜாதி வேறுபாடற்ற சமுதாய அமைப்பு, தமிழர் இனத்தின் முன்னேற்றம் ஆகியவை அவர் நமக்கு விட்டுச் சென்றிருக்கிற பணிகள், அந்தப் பணிகளைச் செய்து நிறைவேற்றுவது தலைவர் பெரியாருக்குச் செய்யும் கடமையாகும்.

தமிழினத்தின் பகையைக் கண்டு, சிம்ம முழக்கம் செய்த ஒரு ஆன்மா ஓய்ந்துவிட்டது. ஆனால் அவர் ஏற்றி வைத்த விளக்கு, எடுத்துத் தந்த லட்சியம் ஓயாது பயணம் செய்யும்'' என்று தவத்திரு குன்றக்குடி அடிகளார் அறிக்கை விட்டார்.

''தமிழர் சமுதாயம் தனது பாதுகாவலனை இன, மொழி உயர்வுகளுக்காக அரசியல், பொருளாதார விடுதலைக்காகப் போராடி, போராட்டத்திலேயே தனது வாழ்நாளின் பெரும் பகுதியைக் கழித்த விடுதலை வீரரை இன்றைக்கு இழந்துவிட்டது.

இந்தியத் துணைக் கண்டம் ஒரு நூற்றாண்டுவரலாறு படைத்த பேராண்மையும், பேராற்றலும் மிக்க மாவீரர்களின் வரிசையில் கடைசிச் சின்னத்தை இழந்துவிட்டது. திராவிடர் இயக்கத்திலே தங்களை ஒப்படைத்துக் கொண்ட லட்சோப லட்சம் குடும்பங்கள் தங்களது தந்தையை இழந்து தவித்து நிற்கிறது.

உலகம் ஒரு ஆற்றல்மிக்க சிந்தனையாளரை, மக்கள் சமுதாய வழிகாட்டிகளில் ஒருவரை இழந்துவிட்டது'' என்று எம்.ஜி.இராமச்சந்திரன் அறிக்கை விட்டார்.

1973ஆம் ஆண்டு டிசம்பர் திங்கள் 25ஆம் நாள், மாலை 3 மணிக்கு லட்சக்கணக்கான மக்களின் கண்ணீர் வெள்ளத்தில், அலங்கரிக்கப்பட்ட வண்டியில் வைக்கப்பட்ட பெரியாரின் உடல் அரசு மரியாதையுடன் பெரியார் திடலுக்குக் கொண்டு வரப்பட்டு, மாலை 4-55 மணிக்கு சந்தனப்பெட்டியில் வைக்கப்பட்டு, புதைக் குழிக்குள் இறக்கி, எவ்விதச் சடங்குகளும் இன்றி மூடப்பட்டது. உடல் மண்ணுக்குத்தான். ஆனால், அவரது சிந்தனை உலகிற்கு உரித்தானது!

இந்நூல் எழுத ஆதாரமாய் அமைந்தவை

துணைநின்ற நூல்கள்

1. குடியரசு இதழ்கள்
2. விடுதலை இதழ்கள்
3. பெரியார் களஞ்சியம்
4. தீக்கதிர் இதழ்கள்
5. தமிழர் தலைவர் பெரியார் - சாமி சிதம்பரனார்
6. குருகுலப் போராட்டம் - நா. ரா. நாச்சியப்பன்
7. வானொலியில் தந்தை பெரியார் - சுயமரியாதை பிரச்சார நிறுவன வெளியீடு
8. விடுதலைப் போரில் இயக்கம் - பி.இராமமூர்த்தி
9. பெரியார் ஈ.வெ.ரா. சிந்தனைகள் - வெ.ஆனைமுத்து
10. ஈ.வெ.ரா.பெரியார் - வாழ்வும் பணியும்
    - என்.இராமகிருஷ்ணன்
11. பெரியார் ஒரு நடைச்சித்திரம் - மயிலைநாதன்
12. பெரியாரின் பயணக் குறிப்புகள் - வெ. ஆனைமுத்து